व्यंकटेश माडगूळकर

I0627776

नागझिरा

जं ग ला ती ल दि व स

मेहता
पब्लिशिंग
हाऊस

NAGZIRA

by VYANKATESH MADGULKAR

नागझिरा / माहितीपर

व्यंकटेश माडगूळकर

© ज्ञानदा नाईक

मराठी पुस्तक प्रकाशनाचे हक्क
मेहता पब्लिशिंग हाऊस, पुणे.

प्रकाशक

सुनील अनिल मेहता,
मेहता पब्लिशिंग हाऊस,
१९४१, सदाशिव पेठ,
माडीवाले कॉलनी, पुणे - ३०.

अक्षरजुळणी

इफेक्ट्स,
२१/६ब, आयडिअल कॉलनी,
कोथरूड, पुणे - ३८.

मुखपृष्ठ व मांडणी

चंद्रमोहन कुलकर्णी

रेखाचित्रे

व्यंकटेश माडगूळकर

मुखपृष्ठावरील लेखकाचे छायाचित्र
शेखर गोडबोले

प्रकाशनकाल

पहिली आवृत्ती
१ ऑक्टोबर, १९७९ /
२५ नोव्हेंबर, १९८४ /
सप्टेंबर, १९९५ /
१५ ऑगस्ट, १९९९ /
१ जुलै, २००१ /
१९ फेब्रुवारी, २००९ /
मेहता पब्लिशिंग हाऊस यांची
सातवी आवृत्ती : मे, २०१२ /
आठवी आवृत्ती
मार्च, २०१३ /
नववी आवृत्ती
जून, २०१६ /
दहावी आवृत्ती
एप्रिल, २०१७

P Book ISBN 9788184983784
E Book ISBN 9789387319721
E Books available on :
play.google.com/store/books
www.amazon.in

श्री. मारुतराव चितमपल्ली यांना –

आभार

महाराष्ट्रातील एखाद्या आडबाजूच्या जंगलात जाऊन महिना दोन-महिने राहावे; प्राणिजीवन, पक्षिजीवन, झाडेझुडे पाहात मनमुराद भटकावे आणि ह्या अनुभवाला शब्दरूप द्यावे, हा विचार गेली काही वर्षे माझ्या मनात घोळत होता.

काही परदेशी प्राणिशास्त्रज्ञांनी असा उद्योग करून लिहिलेली उत्तम पुस्तके माझ्या वाचनात आल्यापासून ही इच्छा फारच बळावली. जॉन शेल्लरने आफ्रिकेच्या जंगलात गोरिलाच्या कळपा बरोबर हिंडून लिहिलेले विलक्षण वाचनीय असे पुस्तक 'The Year of the Gorilla' किंवा भारतातील कान्हा-किसलीच्या जंगलात चौदा महिने राहून लिहिलेले, 'The Deer And The Tiger' जेन गुडालने सेरेनगटी ह्या आफ्रिकेतील जंगलात राहून लिहिलेले 'Innocent Killers' हे जंगली कुत्री, कोल्हे आणि तरसे ह्या प्राण्यांबद्दल अद्भुत माहिती देणारे पुस्तक किंवा तिचेच चिपांझीच्या कळपात राहून लिहिलेले 'In The Shadow of Man' डगल हॅमिल्टनचे 'Among the Elephants' हे जंगली हत्तींच्या कळपाबरोबर राहून लिहिलेले पुस्तक किंवा गाव्हिन मॅक्सवेलचे 'Ring of the Bright Water' हे पाणकुत्र्यावरचे पुस्तक... किती म्हणून नावे सांगावीत? मला ही सर्वच पुस्तके अत्यंत प्रभावी वाटली आणि मराठीत असे काही का नसावे, अशी खंतही वाटली.

परदेशात ह्या विषयासंबंधी आस्था आहे, अभ्यासक आहेत. अभ्यासकांना मदत करणारी विद्यापीठे आणि संस्था आहेत. आपल्याकडे तसे कुठे आहे?

मी इथे-तिथे प्रयत्न करून पाहिले आणि निराश झालो. हे

काम आपल्या आवाक्यातले नाही, असे वाटले.

मग शेल्लरने कुठे तरी लिहिल्याचे वाचले की, भारतातील लोक प्राणिजीवनाच्या अभ्यासात उदासीन आहेत, आफ्रिकेच्याही फार मागे आहेत. त्यांना वाटते, अशा संशोधनासाठी प्रचंड खर्च करावा लागतो, पाण्यासारखा पैसा लागतो. पण तसे नाही. गळ्यात दुर्बीण, मनात अमाप उत्साह आणि आस्था असली की अभ्यास होतो.

मी शक्य तेव्हा एकट्यानेच उठून थोडेफार काम करत राहायचे ठरवले. कधी काझिरंगा, मानस ह्या अभयारण्यावर, कधी नवेगाव-बांधावर तर कधी कोरेगावच्या मोरावर लिहीत राहिलो.

एकदा कशा तरी निमित्ताने, राज्याचे त्या वेळचे मुख्यमंत्री वसंतरावदादा पाटील यांच्याशी पत्रव्यवहार झाला. माझ्या उत्तरात मी सहज जंगलात राहून प्राणिजीवनावर मराठीत पुस्तक लिहिण्याची माझी इच्छा त्यांना कळवली आणि ह्या कामी वन खात्याने मला साह्य केले तर फार बरे होईल, असे म्हटले. मुख्यमंत्र्यांकडून तत्काळ उत्तर आले आणि अतिशय तत्परतेने माझी नागझिराला राहण्याची व्यवस्था झाली.

एकोणीसशे अठ्ठ्याहत्तर साली मे महिन्यात मी नागझिराला गेलो, राहिलो. त्या मुक्कामात मी जे पाहिले, जे रेखाटले; ते हे पुस्तक.

मला चांगली जाणीव आहे की, हा प्रयत्न नवशिक्याचा आहे. तो अपुरा आहे, भरघोस नाही. त्यात बऱ्याच त्रुटी आहेत. पण, नव्या रानात शिरण्यासाठी पहिल्यांदा कुणी तरी वाट पाडावी लागते. पुढे त्या वाटेने जा-ये सुरू होते. मी लहानशी वाट पाडली आहे, एवढेच.

महाराष्ट्राच्या वन खात्याने नागझिरा हे एक उत्तम ठिकाण राखले आणि वाढवले आहे. अभ्यासकांसाठी ही उत्तम शाळा आहे. शिकार-चोरांचा उपद्रव जगातल्या सगळ्या अभयारण्यांना होतो, तो इथे अधिकाऱ्यांच्या दक्षतेमुळे पुष्कळच कमी आहे. आजूबाजूचे लोकही दक्ष राहिले आणि आपल्या भागाचे एक भूषण म्हणून त्यांनी हे जंगल सांभाळले; तर आणखी अनेक वर्षे ते आहे तसे राहील, वाढेल.

मला साह्य केल्याबद्दल श्री. वसंतरावदादा पाटील यांचा मी अत्यंत ऋणी आहे.

महाराष्ट्र राज्याचे निसर्गसंरक्षण संचालक श्री. आनंदराव मून, भंडारा वन विभागाचे विभागीय वनाधिकारी श्री. आर. एस. गंडले, नवेगाव-बांध येथील उपविभागीय वनाधिकारी श्री. मारुतराव चितमपल्ली ह्या सर्वांनी मला साह्य तर केलेच, पण दुर्मीळ असा स्नेहही दिला. त्या सर्वांचा मी फार फार आभारी आहे.

— व्यंकटेश माडगूळकर
१ ऑक्टोबर, १९७९

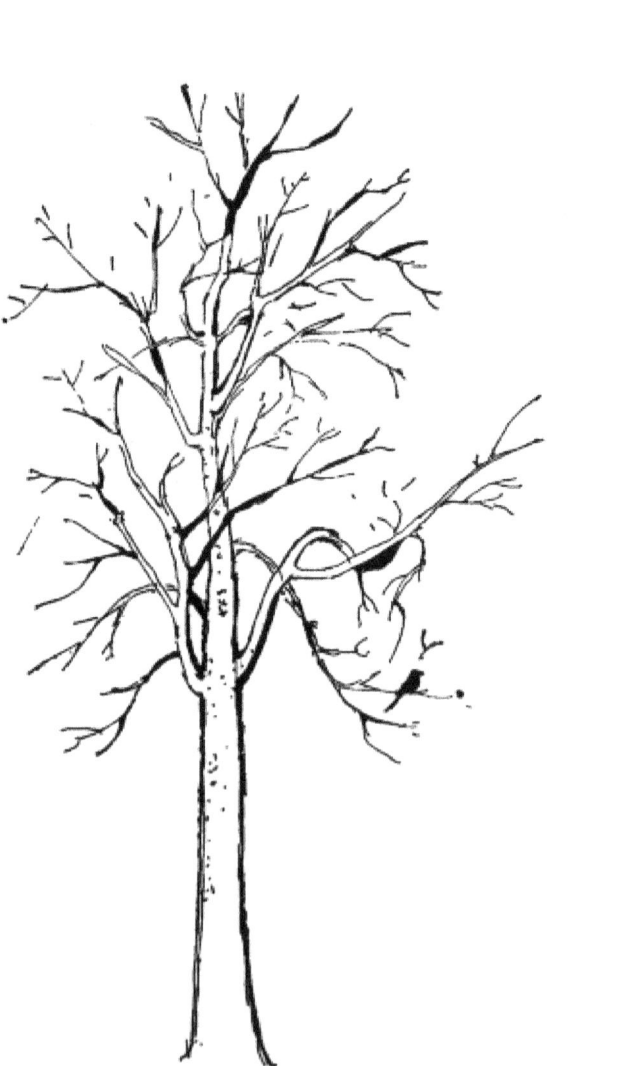

। तळे ।

गेल्या एक मे रोजी मी पुणे शहर सोडून एका महिन्यासाठी जंगलात राहायला गेलो. म्हटले, अतिसुसंस्कृतपणा कामाचा नाही; मुळात अंगी आहे, तो रानटीपणा जरा जोपासावा.

भंडारा जिल्ह्यातील नागझिरा ह्या जंगलात गतवर्षी किंवा त्याच्या मागच्या वर्षी मी एकवार ओझरता जाऊन आलो होतो. तेव्हाच मनात विचार आला होता की, एक रात्र आणि एक दिवस इथे पुरेसा नाही; चांगला महिनाभर इथे एकट्यानेच काढावा.

गरजा शक्य तेवढ्या कमी करायच्या. दोनच वेळा साधे जेवण घ्यायचे. त्यात पदार्थसुद्धा दोन किंवा तीनच. स्वत:ची कामे स्वत:च करायची. पाणी आणणे, कपडे धुणे, अंथरूण टाकणे आणि काढणे, ह्या साध्यासुध्या गोष्टींसाठी माणसाने दुसऱ्या कुणावर का अवलंबून राहावे? एकांत, स्वावलंबन आणि प्रत्येक बाबतीत मितव्यय ही त्रिसूत्री पाळून, जंगलात पायी भटकायचे. निसर्गाच्या कुशीत राहून निरागस असा आनंद लुटायचा, ह्या माफक अपेक्षेने मी गेलो आणि माझा काळ फार आनंदात गेला. रेडिओ, वृत्तपत्रे, वाङ्मय-चर्चा, वाचन, कुटुंब, मित्र, दुसऱ्याच्या घरी जाणे-येणे, जेवण देणे आणि घेणे ह्यांपैकी काहीही नसताना कधी कंटाळा आला नाही. करमत नाही, असे झाले नाही. रोज गाढ झोप आली. स्वप्ने पडली असतील, तर ती सकाळी आठवली नाहीत. शिवाय मित आहार आणि पायी हिंडणे ह्यामुळे चरबी झडली. एकूणच मांद्य कमी झाले.

मी पाच एकर विस्तार असलेल्या तळ्याकाठी राहिलो. हे तळे म्हणजे जंगलाचा डोळा होता. वरच्या बाजूला डोंगराची भिवई होती. अल्याड-पल्याड घनदाट वृक्षराई होती. कोणी मुद्दाम लावले होते का, आपसुक आले होते; कोण

जाणे! पण तळ्याच्या चारी बाजूंना भव्य असे प्रचंड बुंध्याचे पिंपळ होते. शांत अशा रात्री वारा सुटे आणि उघड्यावर खाटले टाकून झोपलेल्या मला जाग येई; तेव्हा धुवाधार पाऊस कोसळत असावा, असा घोष कानी येई, तो ह्या पिंपळपानांचा असे. माझ्या उशाकडील बाजूलाच एक साठ-सत्तर फूट उंचीचा पिंपळ होता. शिवाय सभोवार आज्ञाधारक रक्षक उभे असावेत, असे सरळसोट बुंध्याचे किती तरी वृक्ष होते. ऐन होते, धावडा होता, बिजा होता; तेंडू, पलाश, मोहा, चारोळी असे कित्येक होते. तळ्याच्या उजव्या बाजूला बांधापलीकडे पाझराचा झरा होता. त्याचे पाणी उष्णकाळमासीही आटत नसे. ऐन उन्हाळ्याचे दिवस असल्यामुळे पाच एकरांचे तळे आता बरेच संकोचले होते. पानगळ होऊन वृक्षाचे सारे पर्णवैभव पायदळी पडले होते.

कबीर म्हणतो – 'तरुवर, सरोवर, संत आणि झरता मेघ हे परमार्थासाठीच देहधारणा करतात'. पानगळीवरही त्याचे असेच भाष्य आहे.

'पान पडत यो कहै-सुनि तरुवर! बणराई!
अबके बिछुरे ना मिलै, दूर पडेंगे जाई!
रुखडा बोले पानसे, सुन पत्ते! मेरी बात,
इस घर की यह रीति है; इक आवत, इक जात!

जुनी पाने गळून गेली होती, नवी अजून फुटत होती. तळ्याच्या डाव्या तीरावरचा एक भव्य शाल्मली, तर शांतिपर्वातल्या कथेतील वाऱ्याशी पैज घेऊन घाबरलेल्या आणि पराभव टाळण्यासाठी हल्ला होण्याआधी स्वत:च पाने, फुले, फांद्या मोडून टाकून उभा असलेल्या शाल्मली वृक्षासारख्या निव्वळ खराटा होऊन उभा होता. लांबून मी त्याला ओळखला नाही. पण एके दिवशी प्रभातकाळी मी तळ्याभोवती परिक्रमा केली, तेव्हा त्याला जवळून पाहिला आणि म्हणालो, 'अरे, हा तर वृक्षराज शाल्मली! प्रत्येक वर्षी स्वत:चा खजिना वाटून टाकणाऱ्या सम्राट हर्षासारखा हा वैभवत्यक्त असा उभा आहे.'

खोलीच्या समोर गोलाकार अशी सुरेख हिरवळ होती. ही मुद्दाम केलेली होती, पण वृक्ष मूळचेच रहिवासी होते. उंच-उंच खोड असलेल्या ह्या वृक्षांचा विस्तार तूर्त अगदी बेताचा होता. त्यामुळे सावली मिळे, ती खोडाचीच. पण ह्या बेताच्या सावलीचाही भर उन्हात उत्तम उपयोग करता येतो, हे वानरगणांनी मला शिकविले होते. ह्या बेताच्या सावलीत अंग चोरून उभा राहून मी भर उन्हाचा, तळ्याच्या पैल

तीरावर पाणी पिण्यासाठी येणारे कांचनमृग आणि वानरगण पाहत उभा असे.

एकदा लख्ख सकाळी एक हरिणी आणि तिचे चार महिन्यांचे पाडस पाण्यावर आले होते. पोटभर पाणी पिऊन झाल्यावर तळ्याकाठी तरारलेल्या हिरवळींचा मोह त्यांना झाला आणि किती तरी वेळ ती दोघे माझ्या नजरेसमोर चरत राहिली.

सकाळी पाचपासून आठपर्यंत झाडे वेंधून झाल्यावर वानरे माझ्या निवासासमोरच्या झाडांवरच दुपारच्या विश्रांतीसाठी येत. बुंध्याकडे तोंड करून, बुंध्याला पाय लावून, एवढ्याशा सावलीत बसून ती सावधपणे झोप घेत. पुढे जेव्हा वृक्षांना नवी पालवी फुटली, तेव्हा ती दोन फांद्यांच्या दुबेळक्यात बसू लागली. बारकाईने पाहिले, तेव्हा मला त्या सगळ्या वानरिणीच दिसल्या. त्या जेव्हा विश्रांतीसाठी पालवीत बसत, तेव्हा अजून छातीची सुटली नाहीत, अशी काही जाणती पोरेही हट्टाने आईच्या कुशीशी जाऊन बिलगत. तीही मायेने त्यांना पोटाशी घेई. एकमेकांना चिकटून पालवीत बसलेल्या अशा मायलेकरांच्या लोंबत्या शेपट्याच तेवढ्या मला माझ्या खोलीच्या व्हरांड्यातून दिसत.

समोरच्या हिरवळीत नाना कीटक होते. खरपुडे होते, टोळ होते, गवळणी होत्या, चतुर होते, नाकतोडे होते, पतंग होते, फुलपाखरे होती. हे कीटक टिपण्यासाठी नाना पाखरे येत. एक निळकंठ पाखराचे जोडपे येई. हे निळे गर्द पाखरू पंख पसरून अधांतरी झेप घेई; तेव्हा माझ्या मनात येई की, स्वातंत्र्य ह्या वस्तूचा रंग बहुधा निळा असावा.

बरेच कोतवालही येत. हिरवळीवर गिरकी घेऊन कीटक पकडणारे हे काळे कोतवाल संख्येने फार तर दहा-वीस असावेत, असा माझा कयास झाला. पण लवकरच माझ्या ध्यानी आले की, ह्यांची फार मोठी फौज आणि वर्दळ इथे आहे. आजवर पक्षिशास्त्रज्ञ सांगत आले आहेत की, कोतवाल कधी थव्याने नसतात. फार तर जोडी-जोडी दिसते. मग इथेच असे काय आहे?

समोरच्या हिरव्या पिंपळाच्या पालवीत त्यांचे काळे ठिपके उंच उडताना पाहून माझ्या दृष्टीला जो प्रकार दिसला दिसला, तो विस्मयजनकच म्हटला पाहिजे; कारण आजवर कोणाही निरीक्षकाने तो नोंदलेला नाही. पिंपळाच्या पन्नास-साठ फूट उंचीवर असलेल्या एका भल्या मोठ्या फांदीला भले मोठे आग्यामोहोळ लागलेले होते. ह्या माश्यांचा मोठा थवा एकदा लहानशा पाण्याच्या डबक्यावर मला भेटला होता. रानकुत्री पाण्यावर येतात, ही बातमी मिळताच निवासापासून दीड किलोमीटर अंतरावर असलेल्या झऱ्यावर, जांभळीच्या बुडाशी

डहाळ्यांचा आडोसा करून भर उन्हाचा मी पाण्यावर गुपचुप बसलो होतो. एवढ्यात रों-रों असा आवाज आला आणि हळूच पानांतून डोके वर काढून बघितले, तर दोन-चारशे माश्या पाण्यावर घोंगावताना दिसल्या. सणसणीत अशा उन्हाळ्यात पशुपक्षी नव्हे, तर माश्या आणि फुलपाखरेसुद्धा झरे धुंडीत हिंडतात, हे दृश्य मी प्रथमच पाहत होतो. कोतवाल पक्ष्यांपैकी कोणा तरी चाणाक्ष पक्ष्याने हे मोठमोठ्या टपोऱ्या माश्यांनी भरलेले मोहोळ हेरले आणि शोध लावला की, ह्यांच्यावर डल्ला मारणे सहज शक्य आहे. युद्धकाळात विमानांचे जथे जसे महत्त्वाच्या ठाण्यावर हल्ल्यावर हल्ले चढवतात तसे कोतवालांनी ह्या मोहोळावर चढवले. बघता-बघता चाळीस-पंचेचाळीस कोतवाल गोळा झाले. बापड्या माश्या पोळ्याशी लटकून होत्या. आपल्यापैकी एकएकीचा घास कोतवाल घेत आहे, हे त्यांच्या ध्यानी आले नसावे. सकाळी आठ वाजल्यापासून दुपारी एक-दीडपर्यंत, ते काळे-करडे पोवळे निम्मे-अर्धे उजाड झाले. हळूहळू पांढरे पडत गेले. तरीही कोतवालांचे हल्ले थांबले नाहीत. पुलाखालच्या आपल्या मातीच्या घरट्यावर पाकोळ्या लटकाव्यात, तसे कोतवाल ह्या पोळ्यावर लटकून मेणाच्या घरातील माश्यांचे कोवळे जीवसुद्धा खात होते.

दुसऱ्या दिवशी मी ते पोळे साफ पांढरे फटफटीत पडलेले पाहिले. किती माश्या कोतवालांनी भक्षण केल्या आणि किती मध पिऊन उडून गेल्या, याचा हिशेब लागला नाही. ओसाड फत्तेपूर तेवढे फांदीला लोंबत राहिले.

तळ्याच्या परिसरात साळुंक्यांचा समुदायही फार मोठा होता. त्यांच्या कुलूकुलू शब्दांनी माझ्या निवासासमोरची हिरवळ सारखी गाजत राही. त्यांचे खाणे, बोलणे, पाणी पिणे, अंघोळ करणे आणि एकमेकाशी भांडणे दिवसभर चाललेले असे. तिसऱ्या प्रहरी चार-साडेचारच्या सुमारास उन्हे उतरत आणि तळ्याचे पाणी भिंगासारखे चमकू लागे, तेव्हा तळ्याकाठच्या हिरवळीवर साळुंक्या थव्याथव्याने उतरत. पाणी पिऊन पुन्हा रानाकडे भरारत.

निवासासमोरील हिरवळीला पाणी देण्यासाठी माळी तळ्याकाठी बसवलेले इंजीन सुरू करी. हिरवळीवर मोठमोठ्या जाड्या रबरी नळ्या अंथरल्या जात. ह्या नळ्यांच्या जोडांमधून पाणी गळून जागजागी लहान डबकी साठत. त्यात साळुंक्या, कोतवाल अंघोळीसाठी गर्दी करीत. पहिल्या पावसानंतर लाल पाण्यात पोरे हुंदडावीत, तशा त्यांच्या हालचाली वाटत. उन्हाळा त्यांनाही जाचत असावा. ऐन दुपारी चोची वासून झाडाच्या फांदीवर निश्चल बसलेले कोतवाल मला

अनेकवार बघायला मिळत.

मुद्दाम आणून सोडलेली सहा मोठी राजहंस पाखरे तळ्यात होती. एकमेकांना धरून ती तळ्यातच राहत. फार तर काठावर येऊन पंख साफ करीत बसत. जवळपास कोणी आले की, ओरडून आकांत करावा असे त्यांचे चाले. रात्री-अपरात्री त्यांचा आकांत ऐकला की, मला कळत असे ह्यांना भीती आहे, असे कोणी पाण्यावर आले आहे. मोठा अजगर किंवा बिबळ्या किंवा रानकुत्री. ह्या तळ्यात मगरी नव्हत्या.

महाबळेश्वरच्या जंगलासारखे हे जंगल सदा हिरवे राहणारे नव्हते, पानगळीचे होते. मार्चपासून पानगळीला सुरुवात झालेली होती. निष्पर्ण वृक्षांचे सांगाडे जिकडे तिकडे दिसत. एकशेबत्तीस चौरस किलोमीटरच्या ह्या जंगलात आता इतरत्र पाणी कुठे नव्हते. ओहळ-नाले सुकून गेले होते. जंगलातील सारी प्राणिसृष्टी तळ्याच्या भोवताली चार-दोन किलोमीटरच्या परिसरात गोळा झालेली होती. तहानेने व्याकूळ झालेले पक्षी आणि वन्य प्राणी ज्या वेगाने पाण्यावर येऊन पडत; तो वेग पाहिला, म्हणजे पाण्याला 'जीवन' का म्हणतात, हे कळत असे.

जंगलातून ज्या लहान-लहान वाटा पाण्यावर येत होत्या, त्या न्याहाळत सकाळी मी जेव्हा हिंडे; तेव्हा वाटेकडेच्या झुडपांच्या छड्यांना फेसाचे फुगे आढळत. तहानेल्या गव्यांनी तोंडाला आलेला फेस इथे पुसला आहे हे मला, फेसाचा फुगा ज्या उंचीवर लटकलेला असे, त्यावरून कळे. डुकराच्या एकांड्या नराचे चिखलात माखलेले अंग कोणत्या झाडाच्या बुंध्याला लागले आहे. सांबराने आपली शिंगे कुठे घासली आहेत. तो रात्री कुठे बसला होता; त्याच्या खाणाखुणा पाहत मी माझा प्रभातसमय घालवीत असे आणि सूर्यदेवाला उगावण्याच्या काळी मदत करता आली नाही, तरी तो क्षितिजावर दिसू लागण्याच्या वेळी तिथे मी हजर असे.

हिंडून-हिंडून दमलो म्हणजे, वानरे जेव्हा कोवळी पालवी न्याहारीला खात असत; तेव्हाच मीही एखाद्या फुललेल्या पिवळ्यारंजन बहाव्याखाली बसून, खिशातून आणलेला मूठभर सुका मेवा किंवा क्रीमक्रॅकर बिस्किटे आणि चीजचा तुकडा यांची न्याहारी उरकीत असे.

तळ्यापलीकडे, डोंगराच्या उतारावर जी वृक्षराजी होती; तिच्यात काळ्या डोक्याचे पिवळे हळदुले पक्षी पुष्कळ होते. पिवळ्यारंजन रंगाची ही पाखरे जेव्हा ह्या वृक्षावरून त्या वृक्षावर भरारत, तेव्हा पिवळ्या शाल्मलीच्या फुलांनाच पंख

फुटले आहेत, असे वाटे.

बांधाच्या उतरत्या बाजूवर दोन ज्येष्ठ असे उंबर होते. त्यांचे शीर्ष पाहताना मला माझी टोपी काढून हातात घ्यावी लागे. उंबराच्या माथ्यावर हरोळ्यांची वस्ती आहे. ह्याचा पत्ता मला लागला नव्हता; पण एकवार भल्या सकाळी मी गेलो, तेव्हा 'फडर्र' असा त्यांच्या पंखांचा ओळखीचा आवाज आला. हरोळ्यांच्या बळकट पंखांचा आवाज त्यांच्या वेगळेपणामुळे तत्काळ कळून येतो. अशा बेसुमार उन्हाळ्यात, झाडेझुडपे निष्पर्ण झाली असताना ही पाखरे कुठली बरे फळे खाऊन आपले बळकट पंख उडते ठेवीत असतील?

सूर्य बुडाला आणि काळोखी पसरली, म्हणजे तळ्याच्या आसमंतात अनेक घडामोडी होत. केवळ आवाजावरून त्यांचा अन्वयार्थ लावावा लागे. रानकुत्री मागे लागल्यामुळे कधी चितळाची लेकुरवाळी मादी मोठमोठ्याने कुकारे देई. कधी सांबर फुफाटे, तर ऐकताच थरकाप व्हावा, असे मदमस्त आवाज चितळाचे पुष्ट नरवारंवार काढीत.

माझ्या खोलीच्या व्हरांड्यात वाकड्या सळईला टांगलेल्या कंदिलाचा मंद उजेड असे आणि समोरच्या हिरवळीवर खाटले टाकून मी झोपलेला असे. रोज सकाळ-संध्याकाळ बेहिशेबी पायपीट केल्यामुळे माझ्या डोळ्यांवर झापड येई.

पाच मे रोजी रात्री साडेदहा वाजता तिरोडा रस्त्याच्या अलीकडे तळ्याला लागून जो जंगलाचा त्रिकोणी तुकडा होता, जिथे मी तो वैभवहीन होऊन उभा राहिलेला भव्य शाल्मली पाहिला होता; त्या दिशेकडून धडाधड आवाज आणि फूत्कार ऐकू येऊ लागले. तान्सू मेश्राम हा उमरझरी गावचा अनुभवी रानकाढ्या काही काळ माझा वाटाड्या म्हणून होता. तो माझ्या शेजारीच हिरवळीवर सतरंजी टाकून पडला होता. सकाळपासून संध्याकाळपर्यंत जंगल तुडवून तोही थकून झोपला होता. पण हे आवाज ऐकून मी जसा जागा झालो होतो, तसा तोही झाला होता.

तो हलकेच कुजबुजला, "साब, रानहेल्याची टक्कर लागलीय."

'रानहेला' म्हणजे गवा. दोन-अडीच हजार पौंड वजनाचा, देखणा, प्रमाणबद्ध स्नायूंचा रात्रिंचर प्राणी. अजून कोणा प्रतिभावान शिल्पकाराने हा भारतीय वृषभ ब्राँझमध्ये घडविल्याचे निदान माझ्या तरी पाहण्यात नाही. एरवी, शिल्पकाराला आव्हान मिळावे, असे त्याचे दर्शन आहे.

टकरीचे भयकारी आवाज डोंगराला धडकून प्रतिध्वनित होत होते.

ह्या बाजूलाच जंगल खात्याने परिश्रमाने तयार केलेली सुरेख बाग होती. तिच्यातील फुलझाडांवर माकडांनी, हरणांनी तोंड टाकू नये, म्हणून एक आदिवासी जोडपे, सुरेख बांबूची झोपडी बांधून तिथे राखणदार म्हणून नेमले होते.

रंगाने काळाशार, वयाने पन्नाशी केव्हाच ओलांडलेला अबोल असा हा राखणदार, रात्रभर पेटता ओंडका झोपडीसमोर ठेवीत असे. आणि जनावरांची चाहूल लागली की, गारठल्या आवाजात खुशाल आदिवासी हरळ्या-किंकाळ्या ठोकीत असे. एवढ्यानेही जनावरे गेली नाहीत, तर रॉकेल तेलाचे रिकामे डबडे तो मन मानले तसे पिटीत राही. अधून-मधून शोकगीताचा ढंग असलेली गाणी मोठमोठ्यांदा म्हणत राही. कित्येकदा, रात्री दीड-दोन वाजता त्याचा हा भयमुक्ती लढा मी ऐकलेला होता. त्याची म्हातारी कधीही त्याच्या सोबतीला झोपलेली मी पाहिली नाही. संध्याकाळ झाली की, फर्लांग-दीड फर्लांग अंतरावर, फॉ रेस्ट गार्ड्सच्या वस्तीत ती जाऊन झोपत असे. आयुष्यातल्या उतरत्या काळी दिसणारा ह्या जोडप्यातला सामरस्याचा हा अभाव कोणाही तिऱ्हाइताला कष्टी करणारा होता.

त्याच्याशी काही संवाद करावा, म्हणून एकवार सकाळी मी त्याच्या झोपडीसमोर जाऊन उभा राहिलो आणि त्याचा चेहरा पाहून निरुत्साही झालो. एखाद्या वठल्या खोडाकडे बघावे, तसे त्याने माझ्याकडे पाहिले आणि आपली उघडी पाठ फिरवली. याच्याशी संवाद केवळ अशक्य आहे, असे मला त्याच्या दृष्टीवरून कळले.

रखवालदाराच्या झोपडीपासून दीड-दोनशे यार्डांवरच गव्याची टक्कर चालू होती. त्यामुळे तो धडाधडा डबा बडवू लागला. कृष्णपक्ष होता, त्यामुळे दाट काळोख होता. झाडाच्या सावल्यांनी तो जास्तीच गर्द केला होता. तरीही मोठा टॉर्च घेऊन मी आणि तान्सू तळ्यात उतरलो. पाणी आटून एक भूशिर बरेच आतपर्यंत गेले होते. त्याच्या टोकाशी जाऊन उभे राहिलो आणि टॉर्च टाकून दुर्बिणीने पाहिले.

दोन प्रचंड मोठे गवे एकमेकांसमोर खडखडीला उभे होते. नाकांतून फूत्कार सोडत होते. टॉर्चचा झोत पडला, तरी ते हटले नाहीत. उभेच होते.

ह्या जंगलात हिंडताना ध्यानी आले होते की, वेगवेगळ्या भागांत गव्यांचे एकूण चार कळप आहेत. आता जो समरप्रसंग निर्माण झाला आहे, तो दोन वेगवेगळ्या कळपांतील नरांची पाण्यावर गाठ पडल्यामुळे. ही भांडणे हद्दीवरून असावीत.

आटलेल्या तळ्यात सुरेख हिरवे गवत माजले होते. एरवी, बांबूची पालवी,

झाडपाला, वेली हेच खाद्य ज्यांच्या वाट्याला यायचे; त्यांना उन्हाळ्यात हे गवत म्हणजे उत्तम मेजवानी होती. एक कळप चरत असतानाच दुसरा त्याच ठिकाणी आल्यावर संघर्षाला सुरुवात झाली असली पाहिजे. तू मोठा का, मी मोठा यासाठी तांबड्या रंगाच्या म्हणजे तरण्याबांड खोंडांनी लढत सुरू केली असली पाहिजे.

टॉर्चचा झगझगीत उजेड, आमची चाहूल आणि वास ह्यांमुळे कुस्ती निकाली झाली नाही. दोन्हीही गवे मैदान सोडून जंगलात शिरले. त्यांच्या आजूबाजूला चरणाऱ्या गाई, वासरे, काळे बैलही दिसेनासे झाले. रातकिडे आणि बेडके यांचा आवाज तेवढा येत राहिला. कुस्ती बघायला मिळाली नाही, म्हणून हिरमोड होऊन आम्ही परत आलो आणि अंथरुणावर पडलो.

एरवी, तळ्याच्या काठी रात्री केवढी तरी शांतता लाभे. संध्याकाळ झाली, डोंगरापलीकडे सूर्य गेला की थंड वारे वाहू लागत. रातवे पक्षी 'चक्कुऽ चक्कुऽ चक्कुऽऽ' असा सुरेख ठेका धरीत. दिवसभर पळापळ केलेली वानरे झाडांच्या सुरक्षित डहाळ्यांत विसावत. लवकरच आभाळ चांदण्याने झगमगू लागे.

अशा शांत, सुखद वेळी मी हिरव्या रंगाची ती वेताची आरामशीर खुर्ची उचलून झाडांच्या मेळाव्यात, हिरवळीवर टाकत असे आणि पायांत काही न घालता, थंड हिरवळीवर पावले ठेवून एकटाच बसत असे.

अशा वेळी माझ्या मनात उदास विचारांनी गर्दी केल्याचे मला आठवत नाही. हे इथले जीवन किती अर्थपूर्ण आणि किती थेट आहे, किती रसरशीत आणि किती साधे आहे, ह्याच विचाराने मी आनंदून जात असे.

रघुवंशात शातकर्णीऋषींचा उलेख आहे. तो मृग कळपाबरोबर राहत असे आणि दूर्वांकुर भक्षण करीत असे.

माणसे हीसुद्धा ज्या काळी, हरिणाप्रमाणे निसर्गाची लेकरे म्हणून वावरत होती, तो काळ किती वैभवाचा म्हणावा! तेव्हा एखादा देवदार वृक्ष कोणी पुत्रवत् मानून त्याचे पालनपोषण करी. वनातील वाटेवरून रथ चालला की, चाकांचा आवाज ऐकून मोर केकारव करीत.

मनू म्हणतो की, कृष्णसारमृग ज्या वनात यथेच्छ विहार करतात, तो प्रदेश यज्ञीय समजावा.

आता कोठे आहेत ते कृष्णसारमृग?

मध्य भारतातील कान्हा-किसलीसारख्या विस्तीर्ण अभयारण्यातसद्धा त्यांची संख्या केवळ एकवीसच आढळावी? मनुष्यप्राणी तेवढा जगावा आणि वाढावा म्हणून आपण कशाकशांचा संहार करणार आहोत? असा संहार करीत गेलो, तर

आपलाही समूळ नाश होणार आहे, हे आपल्या ध्यानी कधीच येणार नाही का?

माझ्या खोलीशेजारी पिंढरीएवढ्या आकाराच्या झाडाच्या खोडावर अडकलेले कांचनमृगाचे भव्य शिंग आणि जबड्याचे हाड मी रोज पाहत असे. वन्य प्राणिजीवनाचा अभ्यास करणाऱ्या एका साक्षेपी अभ्यासकाने अधिक चिकित्सेसाठी हे अवशेष तिथे सांभाळून ठेवले होते. हा कांचनमृग, मी इथे येण्याआधी तीनच दिवस, कोण्या पारध्याची गोळी छातीत घेऊन पाणी-पाणी करीत अभयारण्याच्या ह्या तळ्यात आला होता आणि रक्तस्रावाने कोलमडून तळ्यात पडला होता. माद्यांचे संभोगोत्सुक कळप आकर्षित करणारी त्याची ती वैभवशाली शिंगे, सकाळी तळ्याकाठी आलेल्या कोणी फॉ रेस्ट गार्डने, पुराच्या प्रवाहात वसाण दिसावे तशी पाहिली आणि तो मृत कांचनमृग पाण्याबाहेर काढला. जंगल खात्याच्या नियमानुसार मांसाचा लिलाव झाला, कातडे सरकारजमा झाले आणि हे एवढे अवशेष अभ्यासकाच्या हवाली करण्यात आले.

इतिहासकालीन भग्न अवशेष पाहून होते, तसे माझे मन ही शिंगे पाहून उदास होत असे.

माझ्या रोजच्या पायपिटीत किती तरी प्राणी मला भेटत. कांचनमृगाचे कळप जागोजागी दिसत. रानकुत्री दिसत, गवे दिसत, एकांडे डुक्कर दिसे... नीलगाई, सांबरे दिसत. जंगलात मिसळून जावे, असा हिरव्या रंगाचा पोशाख माझ्या अंगावर असूनही ह्या प्राण्यांना फार दुरून माझा वास येई. मोर वानरापाशी येतो किंवा गव्यांच्या कळपात कांचनमृग नि:शंक मनाने चरतो, तसे मला पाहून ह्यांपैकी कोणी भय न बाळगता वावरले नाही. माणूस ह्या द्विपाद प्राण्याचा धसका सर्वांनाच असतो. त्याच्या वाऱ्याला कोणी ठरत नाही. का बरे?

बावीस मे रोजी बुद्ध पौर्णिमा होती. रात्री मधेच जाग आली, तर स्वच्छ चांदणे पडले होते. रात्रीचे अकरा वाजून गेले होते. झोपेने डोळे जडावले होते तरी उठलो. खोली उघडून भराभर पोशाख चढविला. बूट घातले. मोठा कमांडर टॉर्च आणि दहा बाय चाळीसची दुर्बीण घेऊन तळ्यात गेलो. त्या भूशिराच्या पार टोकाशी जाऊन ओल्या हिरवळीवर रुमाल अंथरूण बसलो आणि डोळ्याला दुर्बीण लावून समोर पाहिले.

चांदण्याने चमचमणाऱ्या पाण्यापलीकडे काळे ढीग हलताना दिसले. एक, दोन, तीन, चार... तेरा – एकूण तेरा गवे होते.

हा कळप माझ्या ओळखीचा होता. हाच कळप मी जंगलात दोनदा पहिला

होता. एकदा अगदी संध्याकाळी सात वाजता. त्यात दोन अगदी लहान वासरे होती. चार गाई होत्या. आईपेक्षा वेगळ्याच अशा एका तरुण कालवडीने लहान वासराला जवळ जाऊन चाटले, अशी नोंद माझ्या टिपणवहीत मी केली होती. ही वासराची बहीण तर नसेल!

ह्याच कळपात एक पुराणपुरुष असा प्रचंड काळा गवा होता. त्याच्या हनुवटीला आणि गळ्याला केस लोंबताना दिसले. मला पाहताच वरचा ओठ दुमडून आणि तोंड वर करून त्याने शंख वाजावा, तसा आवाज केला. तत्काळ सगळा कळप सावध झाला. एकदा सकाळी हाच कळप पाहिला होता आणि त्यातील तरुण, रेशमी-किरमिजी रंगाच्या गव्याची बुंध्याला लालसर आणि निळीकाळी अशी शिंगे पाहून हर्षभरित झालो होतो. काळ्या आणि तांबूस गव्याच्या शरीराचा विलक्षण सुंदर घाट, पीळदार स्नायू याच वेळी मी पहिल्यांदा पाहिले होते आणि चकित झालो होतो. तोच हा कळप असला पाहिजे. तहान भागवून तो आता शांतपणे हिरव्या गवतावर चरत होता.

तिरोडा रस्त्याकडे असलेल्या जंगलाच्या तुकड्यातून भसाभस कांचनमृगांचा एक कळप आला. मृग, मृगी, शावके असे एकूण तेवीस मृग मी मोजले. त्यांच्या पायांचा पांढरा रंग चांदण्यात हलताना मला दिसत होता. ह्या अंधूक प्रकाशात शिंगाडे, माद्या, वर्षाची पोरे, लहान शावके – एवढा बारकावा ध्यानी येत नव्हता. मला फक्त आकार दिसत होते. तहानलेली हरणे भराभर पाण्याशी येत होती. सावधपणे थांबत होती. सावट घेत होती आणि चारी पाय पाण्यात बुडवून पाणी पीत होती.

एवढी हरणे मी एकत्र अशी ह्यापूर्वी कधीच पाहिली नव्हती. एका मागोमाग एक अशी रीघच लागली होता.

मग एक सांबरांचा कळप आला. त्यात मोठा शिंगाडा होता. दोन माद्या होत्या. एक पोर होते. कांचनमृगापेक्षा हे आकार मोठे आणि गर्द काळे दिसत होते. सतत आकार हलताना दिसत होते. मी अंदाज बांधत होतो. हे कांचनमृग, ही सांबरे, ह्या नीलगाई. ही मादी, हे पोर, हा बारशिंगा.

हा काळा ढीग कसला? एकुलगा डुक्कर असावा. त्याला मी अगदी दहा फुटांवर दोनदा पाहिला होता. काठाशी येऊन तो आधी पाण्यात बसला.

माझ्यासमोरच्या अर्धवर्तुळाकार गर्द काळ्या झाडीतून भराभर जनावरे येत होती. पाणी पीत होती आणि परतत होती. आवाज मुळीच होत नव्हता. एखादा मूक चित्रपट पाहावा, तसे हे मी सगळे पाहत होतो. रात्री माणसाचा एवढा समुदाय पाण्यावर आला असता, तर त्यांनी केवढा गदारोळ केला असता! इथे सगळे चुपचाप चालले होते.

बघता-बघता तिन्ही बाजूंनी मी जनावरांनी वेढला गेलो. आता मला नेमकी जनावरे ओळखता येत नव्हती. आकारच आकार दिसत होते. एखादे अद्भुत स्वप्न पाहावे, तसे चांदण्यात हे दृश्य मी पाहत होतो आणि रोमांचित होत होतो.

ह्या नागझिरा जंगलात एकूण किती वन्य प्राणी आहेत, याची शिरगणती माझ्या मुक्कामात अधिकाऱ्यांनी बारा आणि तेरा मे रोजी केली होती. इथे एक सहस्त्र एकोणपन्नास कांचनमृग होते, एकशे एकवीस सांबरे होती, एकावन्न भेकरे होती, एक्याऐंशी गवे होते, एकतीस नीलगाई होत्या, एकोणपन्नास डुकरे होती, सतरा अस्वले होती आणि तीन बिबळे होते.

ह्यांपैकी किती आणि कोणकोणत्या जातीचे प्राणी बुद्ध पौर्णिमेच्या त्या रात्री पाणी पिऊन गेले, याची मोजदाद मला करता आली नाही.

रात्री दीड वाजेपर्यंत मी तळ्यावर बसून होतो आणि जनावरे पाण्यावर येतच होती. आकार हलत होते आणि डुचमळत होते. चुबुक्ऽ चुबुक्ऽऽ आवाज होत होता.

शेवटी भारावून मी परत आलो, मला जंगलाशी एकरूप करणारे कपडे उतरवून टाकले. कुडता-पायजमा चढवून, हिरवळीवर टाकलेल्या खाटल्यावर लावलेल्या मच्छरदाणीत शिरलो आणि डोळे मिटले.

सकाळी दयाळ पक्ष्यांच्या सुस्वर भूपाळीनं जागा झालो आणि अंथरुणातून बाहेर येऊन मी तळ्याकडे पाहिले.

तळे शांत होते. रात्री इथे केवढे नाट्य घडून गेले, ह्याचा मागमूसही नव्हता. पीक निघाल्यावर रान दिसावे, तसे तळे रिकामे दिसत होते.

■

। निवास ।

मी जंगलात राहण्यासाठी निघालो, तेव्हा माझ्या सर्वांत लहान मुलाने विचारले, ''बाबा, तुम्ही तिथं झोपडी बांधून राहणार का?''

ही कल्पना रम्यच होती. कमीत कमी श्रमात आपल्या गरजा कशा भागवता येतील आणि आत्म्याची डागडुजी करून उन्नत जीवन कसे घालवता येईल, याचा शोध घेण्यासाठी थोरो जेव्हा 'वॉल्डन' तळ्याकाठी राहायला गेला; तेव्हा त्याने स्वत:ची झोपडी स्वत:च्या हातांनी बांधली होती. स्वत:चे शेत स्वत: पिकवले होते आणि स्वत:चे अन्न स्वत:च रांधून खाल्ले होते.

तो म्हणतो –

'पक्षी आपले घरटे आपण स्वत:च बांधतो. त्यात जे औचित्य आहे, तेच औचित्य माणसाने स्वत:चे घर स्वत:च्या हातांनी बांधण्यात आहे. जर माणसे स्वत:ची घरे स्वत:च्या हातांनी बांधीत आली असती आणि स्वत:चे, स्वत:च्या कुटुंबाचे अन्न साधेपणाने व प्रामाणिकपणाने मिळवीत राहिली असती; तर कुणी सांगावे, कवित्वशक्तीचा विस्तार जगभर झाला असता. हाच उद्योग करताना उभ्या जगातली पाखरे गोड गळ्याने गात नाहीत का?'

नागझिराला झोपड्या बांधलेल्याच होत्या. वन खात्याने प्रवासी आकर्षित करण्यासाठी एक प्रशस्त फळीघर बांधले होते. एक सिमेंटचे 'कोझी रिट्रीट' ही होते. एक वीज सोडली, तर ही दोन्हीही ठिकाणे सुंदर, सर्व सोईंनी परिपूर्ण अशी होती. समोर प्रशस्त बागा होत्या. उंच-उंच वृक्ष होते. मनोहारी जलाशय होता.

मी ही दोन्ही ठिकाणे सोडून, बाजूला एका खोलीत राहणे पसंत केले. इथे मला हवा तो एकान्त मिळणार होता. तांबड्या कौलांनी शाकारलेल्या छपरांचा हा साधा निवारा होता. एक खोली, मागे तिला जोडून न्हाणीघर, पायखाना. समोर खुर्ची टाकून बसण्याइतपत ओटा. पुढे गोलाकार हिरवळ. मूठभर फुलझाडे. आणि मुळातच इथे असलेले, माझ्याहीपेक्षा वयाने मोठे असे सरळ, सडक

बुंध्याचे उंच-उंच वृक्ष. त्यापलीकडे फळीघर, कोझी रिट्रीटकडे जाणारा आडवा रस्ता आणि त्याही पलीकडे पाच एकरांचे तळे.

वन खात्याने मला आवश्यक त्या वस्तू अगत्याने पुरवल्या. एक पलंग, लिहिण्यासाठी एक टेबल आणि तीन खुर्च्या. एक खुर्ची टेबलाशी लिहिण्यासाठी, दुसरी पाहुण्यासाठी आणि तिसरी – वेताची; ओट्यावरून हिरवळीवर, हिरवळीवरून ओट्यावर करायच्या चिंतनासाठी. शिवाय अंघोळीसाठी एक हिरवी प्लॅस्टिकची बादली. एक पिण्याच्या पाण्याचा माठ आणि एक नवारीने विणलेले खाटले – हे रात्री चांदण्या पाहण्यासाठी मी आवर्जून मागून घेतले होते.

घरून जाताना मी एक पांढरा टिनचा मग घेऊन गेलो होतो. गोसावी लोकांचे कमण्डलू जसे बहुउद्देशीय असते, तसा हा मग होता. दोन चादरी, एक फुगवायची रबरी उशी, एक शाल – एवढ्यावर माझी निद्रा सुखाची होई. एक पांढरी चादर मोकळी पडू लागली, तेव्हा ती टेबलावर अंथरूण मी माझा निवास थोडासा छानछोकी केला.

पुढे रानात हिंडताना वाळल्या बांबूचे एक पेर मिळाले. त्याच्या बुडाला डांबर लावून ती फुलदाणी मी टेबलावर ठेवली आणि तिच्यात रोज कोवळ्या बांबूची डहाळी आणून ठेवू लागलो.

स्टाईनबेकचे 'ट्रॅव्हल्स वुईथ चार्ली', शेल्लरचे 'दि टायगर अँड द डियर' ही दोन पुस्तके, माझी काळ्या पुठ्याची मोठी चित्रवही आणि चार फेल्ट पेने यांच्या सान्निध्यात बांबू जंगलाची ती लहानशी प्रतिकृती छान शोभू लागली. लेखक जंगलात आला होता किंवा जंगल लेखकाच्या टेबलाशी आले होते – काहीही म्हणा.

माझ्या आधी एक महिना मारुतराव चितमपल्ली हे रानकुत्र्यांचा अभ्यास करण्यासाठी याच खोलीत येऊन राहिले होते. विद्यार्थिदशेत असल्याप्रमाणे आम्ही दोघेही तीन दिवस एकत्र राहिलो. त्यांनी येताना शिधा बरोबर आणला होता. कुत्र्यांच्या मागावर हिंडण्यासाठी उरमझरी गावचे आणि स्थानिक असे चार रानकाढेही रोजाने नेमले होते. शिधा देताच त्यांपैकी एक जण – याचे अडनाव वैद्य होते – पोळ्या, भात, कांदा-बटाट्याची भाजी आणि वरण असे जेवण दोन वेळा रांधून देई. सकाळ-संध्याकाळ पावडरच्या दुधाचा चहा होई.

ब्राह्म मुहूर्तावर उठून मी नित्यकर्मे आटपत असे आणि अंगावर एखाद्या जवानासारखा पोशाख चढवून दुर्बीण गळ्यात अडकवून बाहेर पडत असे.

काही वेळा मारुतराव संगतीला असत. वाटा माहीत नसल्यामुळे मी जंगलात चुकेन, असे त्यांना वाटे. शिवाय काही अपघात होण्याची शक्यता असते, हे त्यांनी नुकतेच अनुभवले होते.

मार्च महिन्यात शिक्षणासाठी ते मधुमलाई जंगलात असताना एक अनुभवी वनाधिकारी व्याख्याते म्हणून आले होते. फोटो घेण्यासाठी ते हत्तीच्या मागोमाग गेले. बाकीच्या लोकांनी त्यांना धोक्याची सूचना दिली :

"एक हत्ती... एकटा हिंडतो... तो रागीट आहे... माणूस पाहताच धावून अंगावर येतो... तुम्ही जाऊ नका!''

साहेबांचा जन्मच जंगलात गेला होता. ते म्हणाले, "रानातल्या जनावरांशी कसं वागावं, हे मला ठाऊक आहे.''

तरीही एक जण सोबतीला म्हणून गेला.

तो हत्ती दिसताच जवळ जाऊन साहेबांनी कॅमेरा रोखला आणि सोंड वर करून, तुतारी फुंकून हत्तीने चाल केली. सोबत होता तो शहाणा माणूस चपला घालून आला होता. त्या काढून टाकून तो पळाला आणि झाडावर चढला. साहेबांच्या पायात मात्र रिवाजाप्रमाणे जंगलात वापरायचे जाडजूड बूट होते. ते एका मोठ्या टणटणीच्या झुडपाभोवती चकरा खाऊ लागले. हत्ती मागे होता. दोनदा चकरा होताच तो थांबला आणि उलटा वळून उभा राहिला. साहेब अगदी आयते त्याच्या सोंडेत आले.

जंगल खाते एका उत्तम अधिकाऱ्याला मुकले.

मी नागझिराला आलो, त्या दिवशी ३ तारीख होती. ६ तारखेला मारुतरावांचे कुटुंब तिथे आले आणि ते जुन्या रेस्ट हाउसमध्ये गेले. हे जुने रेस्ट हाउस माझ्या निवासापासून पाऊण-एक फर्लांग अंतरावर होते.

मी खोलीत एकटा राहू लागलो.

रोज सकाळ-संध्याकाळ माझ्याबरोबर हिंडण्याइतपत वेळ मारुतरावांना मिळण्यासारखा नव्हता. त्यांचे काम जास्ती शास्त्रीय स्वरूपाचे होते. कुत्र्याचा मळ जिथे सापडेल, तिथून शोधून आणून ते प्रत्येक मळाचे पृथक्करण करीत. त्यात केस कोणते सापडले, कातडी कशाची मिळाली, हाडे कोणती, कशाची होती याची संगतवार टिपणे करून त्यांना कार्डे लिहावी लागत. कारण मे महिन्याच्या शेवटपर्यंत त्यांना बंगलोरच्या सायन्स इन्स्टिट्यूटमध्ये 'रानकुत्री' या विषयावर पेपर सादर करायचा होता.

तात्पर्य, मी एकटा जायला मोकळा होतो.

सकाळी पाच वाजता बाहेर पडलेला मी साडेआठ-नऊला परत येई. कारण नऊ वाजल्यावर उन्हाळ्यात वनाधिकाऱ्यांनीसुद्धा जंगलात राहू नये, अशा सूचना खात्यानेच काढल्या होत्या. उन्हामुळे उष्माघात होण्याची शक्यता होती.

मग दिवसभर मी लिहिण्या-वाचण्याचा उद्योग करीत असे आणि पाच वाजले की, पुन्हा बाहेर पडून अंधार पडल्यावर परत येत असे.

दरम्यान, चौकीदाराने कंदील लावून तो माझ्या व्हरांड्यात सळईला टांगलेला असे. थंड संध्याकाळी चौकीदाराच्या घरापाशी असलेल्या नळाची थंड पाण्याची बादली आणून मी माझे तिसरे स्नान आटपून घेई आणि बेताचे कपडे अंगावर लेवून हिरवळीवर खुर्ची टाकून बसत असे.

आभाळात चांदण्या चमकत असत. रातव्यांचे 'चक्कुऽ चक्कुऽ' संपून रातकिड्यांचा कोरस सुरू होई. माजावर आलेल्या चितळ नराचे हंबरणे, कोणा तरी लुटारूचा वास येऊन चितळ माद्यांनी दिलेले धोक्याचे इशारे वरचेवर ऐकू येत. माझ्या आणि चौकीदाराच्या घरांपुढचे असे दोन कंदील सोडले, तर प्रकाशाचे तांबडे ठिपके कुठे दिसत नसत. सारे कसे शान्त-शान्त असे. मग मी गीतेचा बारावा अध्याय किंवा गीताईतील स्थितप्रज्ञाची लक्षणे किंवा करुणाष्टके गुणगुणे.

माझ्या ह्या निवासस्थानावर मी अगदी खूश होतो. बेताची सोय, बेताची गैरसोय, हवा तो एकान्त, संपूर्ण स्वातंत्र्य. आणखी काय हवे? पोस्टाचे आणि बाजाराचे ठिकाण इथून तीस किलोमीटर अंतरावर होते. जाण्या-येण्यासाठी काहीही सोय उपलब्ध नव्हती, त्यामुळे कुणाच्या पत्राची मी वाट पाहत नसे. काहीच बातमी नसणे, हीच सर्वांत उत्तम बातमी असते. वृत्तपत्रांचा ताप नव्हता, त्यामुळे वाचायला बाजारगप्पा नव्हत्या. रेडिओ नव्हता. वीज नव्हती. अतिथी-अभ्यागत नव्हते. रोज उठून दाढी करणे आणि पूर्ण पोशाखात राहणे, ह्या गोष्टींना मी आनंदाने फाटा दिला होता. केवळ अर्धी चड्डी (आणि कधी तरी गंजीफ्रॉक) घालून मी बिनधोक वावरत होतो.

समोर सुरेख हिरवळ होती, तीच तेवढी मुद्दाम जोपासलेली; इतर सगळी जंगली झाडेच होती. एक शाल्मली होता, चारोळी होता, पिवळसर रुंद पानांचा काकड होता. साजा, तिवस, अर्जुन, धावडा, सीना, कसई हे वृक्ष होते.

ह्या वृक्षांवर आणि रानातल्या हिरवळीवर नाना पाखरे येत. बेरकी कोतवाल येत. खालच्या हिरवळीवर डोळा ठेवून झाडाच्या खनपटावर बसत. मग एकदम खाली झेपावत. एखादा चतुर पकडून पुन्हा त्याच खनपटावर बसत आणि तोडून-टोचून चतुर गट्ट करून पुन्हा संभावितासारखे बसत.

समोरच्या गोलाकार हिरवळीला झीनिया, पॉपी यांसारख्या फुलझाडांची किनार होती. तिच्यात फुलपाखरंही झुलताना दिसत. काही काळ्या पंखांची पांढरी किनार असलेली. काही तांबड्या पंखांना काळी-पांढरी किनार असलेली... काही धम्मक पिवळी.

कधी काळी झाडांच्या विशाल बुंध्यावर चार-सहा पाखरे एकत्र बसत आणि पंखांची उघडझाप करीत राहत. बुंधा श्वास सोडतो आहे, असे वाटे.

कधीमधी अचानक अशा जंगली सात बाया येत आणि एकच धमाल

उडवून देत. कैकाडणीच्या भांडणासारखा त्यांचा आवाज बराच वेळ ऐकावा लागे.

कधी कधी एखादा-दुसरा हळदुला तरंगत येई. पिवळारंजन रंग, तर डोक्यावर मानेवर गडद काळा. पंखांना, शेपटांना थोडा काळा शिडकावा. गुलाबी चोच आणि गुंजांसारखे डोळे. खरे तर ही पाखरे तळ्याच्या पलीकडच्या पाळीवर राहत; पण त्यांना कधीमधी इकडे यावे वाटे.

ठिपकेवाले होले येत आणि रुबाबात हिरवळीवर हिंडत. साळुंक्यांच्या तर झुंडीच्या झुंडी हिरवळीवर येत आणि आपल्या मंजुळ वाणीने सारा परिसर भरून टाकत.

माझ्या खोलीनंतरच्या खोलीत वन खात्याने अतिथी-अभ्यागतांसाठी खरेदी करून ठेवलेल्या गाद्या-उश्या, काही थोडे फर्निचर – असे सामान गच्च भरलेले होते. त्यामुळे ही खोली नेहमी बंद असे. फार महत्त्वाचे असे कोणी साहेब फळीघराकडे मुक्कामाला आले, तर ही खोली उघडून आतले नवे पलंग बाहेर काढले जात आणि ते डोक्यांवरून वागवीत, कामगार इकडे-तिकडे धावत. अशी धावाधाव बघितली, कोझी रिट्रीट आणि फळीघर यांच्या दिशेला गॅसबत्त्यांचे प्रकाश दिसू लागले की, कोणी तरी साहेब आले आहेत, हे मला कळत असे.

ह्या खोलीपलीकडे आणखी एक खोली होती. तिच्यात मारुतराव चितमपल्लींची प्रयोगशाळा होती. नानाविध उपकरणांनी ही खोली सज्ज होती. कटू, तान्सू, सखाराम अशी रोजाने नेमलेली रानकाढ्ये मंडळी रोज बारा-पंधरा किलोमीटर पायपीट करीत. रानकुत्र्यांचा ठावठिकाणा आणीत. प्लॅस्टिकच्या पिशव्यांतून रानकुत्री, बिबळे यांच्या विष्ठा आणीत आणि त्यांचे पृथक्करण, वर्गीकरण, नोंदी इथे चालत.

ह्या दगदगीच्या कामाला रोजगारी फार कंटाळत. उन्हातान्हातून दिवसभर वणवण आणि शिकार खाण्याचा लाभ नाहीच. शिवाय लेंड्या चिवडत बसण्याचे घाण काम. त्यामुळे मी असेपर्यंत तान्सू, सखाराम, वैद्य अन् आणखी दोघे असे पाच-जण 'हा आलोच' म्हणून जे गेले, ते पुन्हा इकडे फिरकलेच नाहीत. सोबतीला कोणी नाही, अशा स्थितीत मला एकट्यालाच हिरवळीवर खाटले टाकून झोपावे लागे.

शनिवार-रविवार हे दोन दिवस फार धामधुमीचे जात. नव्या रेस्ट हाउसचे बांधकाम, रस्त्यावर डांबर पसरण्याचे काम – असली काहीबाही कामे आसपास सारखी चालल्यामुळे शेजारच्या वाड्या-वस्त्यांवरून बाया, पुरुष रोजगाराला येत. कुठेही गर्दी झाली की, व्यापारी गिधाडांसारखे तिथे उतरतातच. तसा, कुठून कोण जाणे, पण बैलबंडीत माल भरून एक कॅन्टीनवाला येई. तळ्याच्या काठावरच चार बांबू रोवून आणि वर डहाळ्या टाकून त्याने आडोसा केला होता.

बैल, बंडी, एक नोकर आणि हा उत्तरेकडचा कोणी मंगाराम – यांचा व्यापार सुरू होई. वरचेवर स्टोव्ह पेटे. बाकड्यावर बसून लोक चहा पीत. बिडी-काडी, तेल-मीठ, तांदूळ असा माल कॅन्टीनवाला आणी. पण सर्वांत महत्त्वाचा माल म्हणजे दारू. संध्याकाळी बत्तीच्या प्रकाशात जी धमाल उडे, त्यावरून कळे की, कॅन्टीनवाल्याकडे लोक नुसता चहा प्यायला जात नाहीत – तिथे त्यांना गावठी दारूही मिळते.

एका रात्री चौकीदार फार प्यायला. रात्री दीड वाजेपर्यंत हातात पेट्रोमॅक्स घेऊन शिव्यांची लाखोली वाहत हिंडताना मी त्याला पाहिला. त्याचा प्रचंड मोठा कुत्रा त्याच्या मागोमाग होता. आपल्या खोलीचे दार चावी लावून उघडायला त्याला फार खटाटोप करावा लागला. कारण पेट्रोमॅक्सचा उजेड नेमका कुलपावर पडून किल्ली नेमकी कुलपात घालणे, ह्या साध्या कामासाठी जी मानसिक एकाग्रता आणि शारीरिक तोल लागतो, ते त्याला गोळा करता आले नाही.

मधून-मधून तो कुत्र्याला म्हणत होता, ''थांब, हां! थांब! तुज्यासाठी मी भात ठेवला आहे....''

साहजिकच होते. स्वत: बेभान होईपर्यंत त्याला आज आपण कुत्र्याला जेवू घातले नाही, हे भान राहिले नव्हते. ती आठवण दीड वाजता झाली असावी.

बऱ्याच खटाटोपानंतर खोलीचे कुलूप काढून दार उघडण्यात त्याला यश आले. पण आतून भात घेऊन येण्याऐवजी चौकीदार जोरजोराने शिव्या देत आणि रागाने भेलकांडत बाहेर आला. त्याने कुत्र्यासाठी ठेवलेला भात कुणी तरी भुकेल्या माणसाने परभारे खाऊन टाकला होता. जंगालातील माणसेही बापडी सदा भुकेने हाडाडलेलीच असत.

चौकीदार तिथून आला, तो का कुणास ठाऊक, माझ्या उशाशी व्हरांड्यात बत्ती ठेवून बसला आणि बेसुमार शिव्या देत राहिला.

बऱ्याच वेळाने कुणी तरी येऊन चौकीदाराला 'चल, मी तुला आणि तुझ्या कुत्र्याला भात देतो... अरे, अशा भरपेट पेण्यानं आणि जाग्रणानं देह खराब करून घेशील...' अशी समजूत घालून घेऊन गेले.

पहाटे-पहाटे मला झोप लागली.

– आणि चौकीदार पुन्हा आला. ह्या खेपेला त्याच्या हातात बत्ती होतीच. मला उठवून तो म्हणाला, ''साहेब, हे लोक मला 'संगं चल' म्हणतात... हे गुन्हेगार आहेत... शिकरीला आलेत....''

मी 'कोण आहे तेऽ?' असे ओरडून मच्छरदाणीतून बाहेर येऊन पाहिले, तर रस्त्यावर जीप उभी होती. तिने इंजीन सुरू करून तत्काळ पोबारा केला. म्हणजे अभयारण्यातही रात्री-अपरात्री घुसून शिकार करणारी मंडळी होतीच. मोठ्या शिंगांचा चितळ नर रायफलची गोळी शरीरात घेऊन तळ्यात येऊन मेला

होता, तो अशाच कुणा तरी शिकारी चोरांकडून.

शिकारी चोरांचा बीमोड करणं, ही सोपी गोष्ट नाही. कौटिल्य सांगतो, 'पाण्यातला मासा पाणी कधी पितो, हे जसे कळत नाही; तसेच नोकरीतला माणूस लाच केव्हा खातो, हे कळत नाही.'

शिकारचोर हे लाचखोरांचे भाईबंदच असतात.

वन खात्याचे लहान-मोठे अधिकारी फळीघरात किंवा कोझी रिट्रीटमध्ये आले की, आवर्जून माझ्या खोलीत येत आणि कुशल विचारून जात. कधी ते मला सुगंधी चहा पिण्यासाठी निमंत्रण करीत, कधी जेवायला बोलवीत. अनेक विषयांवर गप्पा होत. एखादा दिवस राहून कामाचे अधिकारी निघून जात. मी माझ्या कामात दंग होई.

फक्त एकच लहानसे नुकसान ह्या खोलीत माझे झाले. चीज, सुका मेवा आणि मकाजीचा खमंग चिवडा – असल्या अपूर्वाईच्या वस्तूंचा वास आल्यामुळे माझी कॅनव्हासची, पाठीवर घ्यायची नवी कोरी, सुरेख, दुर्मीळ, फारच अमूल्य अशी हॅवरसॅक उंदराच्या पिल्लाने अनेक जागी लहान-लहान भोके पाडून निकामी करून टाकली. न दिसणारे शिकारचोर दिसले; पण हा चोर मला कधीही दिसला नाही.

मी सुरुवातीला काही दिवस अंगणात झोपत होतो, तेव्हा त्याची चाहूलही मला कधी लागली नाही.

हा या खोलीत येणारा एकमेव उंदीर असावा आणि लहान असावा. कारण त्याने हॅवरसॅक सोडून आणखी काही तोडले नव्हते. माझ्या वह्या-पुस्तकांत त्याला रस नव्हता, माझ्या कपड्यांतही नव्हता. अंथरुणा-पांघरुणात नव्हता.

ह्या भुकेल्या उंदराला काही खायला मिळाले, तर तो माझी हॅवरसॅक सोडून देईल, असे समजून मी तीस मैल दूर असलेल्या साकोलीहून एक बिस्किटांचा पुडा आणून त्याच्यासाठी ठेवून दिला. कल्पना अशी की, बिस्किटे खाल्ल्यावर हॅवरसॅक कुरतडण्याची इच्छा त्यास होणार नाही. पण उंदराने बिस्किटांचा पुडा फोडून बिस्किटे तर खाल्लीच आणि हॅवरसॅकही कुरतडली. सबंध हॅवरसॅकला पाच लहान आणि एक मोठे अशी एकूण सहा छिद्रे या उंदराने पाडली होती. आता ती दुरुस्तीपलीकडे गेली होती, त्यामुळे मी तिचा लोभ सोडून दिला.

■

| रस्ता |

तळ्यापासून तीन-चारशे पावले चालून गेल्यावर चव्हाटा लागे. तळ्याचा काठ सोडून निघाले, उजव्या हाताला वळले की, थेट समोरच चव्हाटा. एक तांबडा रस्ता मुरदोली गावाकडे जाणारा, एक साकोलीकडे जाणारा, एक कुसुमतोंडीकडे जाणारा आणि तिरोड्याला जाणारा. मुरदोली तेवीस, तर तिरोडा बत्तीस किलोमीटर अंतरावर होते. या सगळ्या रस्त्यांपैकी तिरोडा रस्त्यावर माझे विशेष प्रेम होते.

चव्हाट्यावर पोहोचले की, वडाच्या छायेखाली असलेल्या नागझिरादेवीच्या लहानशा देवळाला वळसा घेऊन पुन्हा डावीकडे जाणाऱ्या रस्त्याला लागायचे. इथे देवीच्या पलीकडे जुने कौलारू रेस्ट हाउस होते. रानकुत्र्यांचा अभ्यास करीत उन्हातान्हात हिंडणारे माझे मित्र मारुतराव चितमपल्ली इथे मुक्काम टाकून होते. त्यापलीकडे रेस्ट गार्ड्सची दोन घरे होती. त्यांच्या अंगणात बांधलेली बैलजोडी, हवेला लाथा मारत धावणाऱ्या कोंबड्या, अंगणात घातलेली वाळवणे बघून मला जन्मगावी आल्याचा आनंद होई. माझी प्रभातफेरी सुरू होई, तेव्हा या घरासमोर खाटली टाकून, पांघरुणाच्या गबाळ्यात मुले-माणसे झोपलेली दिसत; त्यांच्याकडे पाहूनही मला बरे वाटे.

इथेच रस्त्याच्या उजव्या बाजूला रायवळ आंब्याची चार-सहा झाडे होती आणि मोठे गवती कुरण होते. त्यापलीकडे जंगलच जंगल होते. कशासाठी कोण जाणे, या कुरणाला तारेचे कुंपण होते. ते खुबीने ओलांडून चवीने कैऱ्या खात बसलेली वानरांची टोळी भर दुपारी मला इथे दिसत असे. हे कुरण आणि मधे कुसुमतोंडीस गेलेला रस्ता सोडून पलीकडे तसलेच मोठे कुरण म्हणजे, उठून गेलेल्या नागझिरा गावाची शेतजमीन होती म्हणे. कुरणाच्या एक बाजूला जंगल होते. कुरणाच्या मागे पुन्हा फॉरेस्ट गार्डांची क्वार्टरे होती. रात्रीच्या वेळी कांचनमृगांचे मोठमोठे कळप या कुरणात जंगलाच्या बाजूने शिरत. तिकडे कुंपण

नव्हते. रात्री पाच-सातशे कांचनमृगांचा कळप इथे विसावे. मनुष्यवस्तीच्या आश्रयाने रात्र घालवणे त्यांना सुरक्षित वाटे.

रायवळ आंब्याच्या राईपलीकडे गवताळ कुरणात, संध्याकाळी सातच्या सुमाराला मी अनेकदा काळ्या तितराचे ओरडणे ऐकून चकित झालो होतो. खरे तर उन्हाळ्यात ही पाखरे कधीच ओरडताना ऐकू येत नाहीत; पावसाळ्यात येतात. रानकोंबडा जसा वेळूच्या रानात आखूड आवाजात वरचेवर ओरडतो, तसाच काहीसा हा आवाज असतो. मे महिन्यातच याच्या हाका का बरे सुरू झाल्या असाव्यात? पावसाळा यंदा लवकर येणार काय? संध्याकाळी माझ्या कानी येणारे ते ओरडणे म्हणजे, चरण्याच्या नादात फुटाफूट झालेल्यांनी एकमेकांना मारलेल्या हाका असाव्यात.

फॉरेस्ट गार्डची घरे मागे टाकून पुढे गेले व पुन्हा एकदा डावीकडे वळले की, तिरोडा रस्ता लागे.

दोन्ही बाजूंना दाट जंगल आणि मधूनच जाणारा हा तांबडा रस्ता म्हणजे जलरंगांतले एक सुंदर निसर्गचित्रच होते. इथल्या हवेला झाडांच्या मोहराचा, मोहाच्या फुलांचा, गवताचा मंद सुवास असे आणि नाना पाखरांच्या सकाळच्या कूजनाचा नाद असे. बाकी सर्वत्र शांत, प्रसन्न. भल्या सकाळी उठून, एखादे ताजे वृत्तपत्र वाचावे तसा हा रस्ता मी वाचत असे. मोठमोठी शीर्षके असत. काल रात्रीपासून भल्या पहाटेपर्यंत घडलेल्या घटनांचा वृत्तान्त इथे वाचायला मिळे.

अँथ्रॅक्स आजाराने व्याकूळ होऊन कळपावेगळा झालेला, थोडा लंगडणारा मोठा गवा तळ्याकाठच्या हिरव्या गवतात चरून अगदी सकाळी या वाटेने गेलेला असे. त्याचे खूर मऊसूत तांबड्या धुळीवर तत्काळ दिसत आणि थेट दोन किलोमीटरपर्यंत म्हणजे जिथे डाव्या बाजूला असलेल्या टेकडीची पाठ वळण घेत होती आणि मोठा आडवा नाला लागत होता, तिथपर्यंत जात असत. दुसऱ्या किलोमीटरच्या पांढऱ्या दगडापलीकडे, तळ्याभोवती चक्कर घेणारा गोल रस्ता लागत असे. तिकडे तो गवा वळून जंगलात शिरलेला असे. धुळीवर चितळांचे अनेक लहान-मोठे खूर दिसत. रात्री कधी तरी पाण्यावर येऊन ती परत गेलेली असत. तांबड्या रस्त्यावर काही ठिकाणी कोवळ्या पानांची ताजी रांगोळी दिसे. त्यावरून वानरगण रात्री कुठे विसावला होता आणि त्यांची न्याहारी कधी सुरू झाली, हे मला कळत असे. वानरांच्या लेंड्या व इराकतही दिसे.

तीन मे या दिवशी मी इथे येऊन दाखल झालो होतो. ज्या दिवशी पोहोचलो,

त्याच दिवशी संध्याकाळी साडेसहाच्या सुमाराला पहिल्या किलोमीटरच्या दगडाच्या थोड्या अलीकडे बरीच वानरे जमिनीवर बसलेली मी पाहिली. मोकळ्या जागी जवळजवळ बसून ती वरचेवर जमिनीशी वाकत होती. माझा सावट घेऊन ती झाडांत दिसेनाशी झाली, तेव्हा ती जागा मी जाऊन तपासली. मग ध्यानी आले की, खारी माती चाटण्याचे त्यांचे हे ठिकाण आहे. पुढे याच जागी तोच वानरगण मला अनेकदा आढळला. सात महिने पुरे होऊन अवघडलेली एक वानरीण आणि तिचे पहिले, अजून वेगळे न झालेले पोरही पहिल्याच दिवशी मी इथे पाहिले. मी जवळ जाताच बाकीची वानरे भराभर झाडावर गेली; पण ही एवढी डेंगली होती, एवढी उठवणी आली होती की, बसल्या जागची हललीसुद्धा नाही. एक-दोन दिवसांतच हिची सुटका होईल, असा अंदाज मी बांधला आणि खरेच पुढे दोनच दिवसांनी काळे-बेंदरे, चिमुरड्या तोंडाचे पोर पोटाशी धरून झाडाच्या डहाळीत बसलेली मी तिला पाहिली.

हा तिरोडा रस्ता ओलांडूनच जंगलातून तळ्याकडे यावे-जावे लागे, त्यामुळे रात्रभर झालेल्या हालचाली इथे कळत. वळणावरच्या मोठ्या नाल्यात राहणाऱ्या अस्वलाचे पाय एकदा इथेच मी पाहिले. हा अंगावर धावला – असे सांगत, घाबरून दमछाक झालेले एक पोर नंतर एके दिवशी माझ्याकडे आले. लेंड्या गोळा करण्याच्या रोजगारावर त्याला काही दिवस लावले होते. पण एकवार अस्वलाने भेडसावल्यावर काम सोडून धूम पळाले; पुन्हा कधी दिसले नाही. परगावचेच होते. एकदा जीपमधून गोल रस्त्याने चक्कर घेत असताना जंगल अधिकाऱ्यांनीही याच अस्वलाला पावणेसात वाजता पाहिले होते. जीपला पाहून तो धूम नाल्यात पळाला. वीसएक फूट जाऊन थांबला. वळला आणि पुन्हा झेपा घेत पहिल्या जागी येऊन जीपकडे बघू लागला. हे कोणते जनावर आहे, म्हणून चौकसपणे त्याने जीपला न्याहाळले आणि ती थांबलेली जीप सुरू होताच पुन्हा पळ काढला. लांब जाऊन पुन्हा बघत उभा राहिला. हा चौकसबुद्धीचा अस्वल मला मात्र भेटला नाही. लेखकाला येणारा दर्प त्याला आवडत नसला पाहिजे.

यानेच एकवार रात्रभर उद्योग करून खणलेले वारूळ मी नाल्याकडील लहान वाटेवर पाहिले होते. भलेमोठे वारूळ कुदळीने खणल्याप्रमाणे थेट आत चार फूट खोल खणून त्याने उधईचे लाडू खाल्ले होते आणि एका रात्री चौकीदाराच्या झोपडीच्या आवारात शिरून त्याने मोठीच धमाल उडवून दिली. मी जागा होऊन बॅटरी टाकीत जाईपर्यंत हा जंगलात दिसेनासा झाला होता.

रोज भल्या सकाळी आणि संध्याकाळी मी तिरोडा रस्त्यावर चक्कर टाकीत

असे. असा एकही दिवस तीन आठवड्यांत गेला नाही की, तिरोडा रस्त्यावर मला काही दिसले नाही.

माझी सचित्र टिपणवही कोणत्याही पानावर उघडली तरी नोंद आहेच. उदाहरणार्थ –

३ मे : संध्याकाळी ६ वाजता.

'येरूनी' वेल खात असलेले दोन बायसन (गवे) पाहिले. रंग काळा होता. वीस यार्डांवर होते. कान टवकारले. संशय येताच दाट जंगलात शिरले. कसई, माहूर ही झुडपे खाल्लेली आढळली. गवे कोणकोणत्या वेली, झुडपे खातात याची नोंद केली पाहिजे.

६.३०

कांचनमृग – तीन नर, पाच माद्या, दोन पोरे दिसली.

सांबराची मादी व बरोबरचे पोर दिसले. मला पाहताच, 'पुक्' असा आवाज दोनदा काढून दोघेही पळाली.

चार माद्या, तीन पोरे असे बायसन पुन्हा दिसले. पुन्हा सातला दहा कमी असताना एक मादी आणि पोर दिसले. सगळ्यांची तोंडे विरुद्ध दिशेकडे होती. वाटेवरून हलेनात, तेव्हा मीच वळसा घेऊन लांब वाटेने कॅम्पकडे गेलो.

५ मे : ६ वाजून १० मिनिटे. सकाळ.

चार नर, सात माद्या, वर्षाची शावके तीन – असा कांचनमृगांचा कळप दिसला. जंगलातून आला, रस्त्याकडेला थांबला. पुढे मादी होती. मान उभारून, कान टवकारून सावट घेतला; वास आल्यासारखे सर्व अंग आखडले. मी शंभर यार्डांवर गप्प उभा होतो. उजवीकडून आली व डावीकडे रस्ता ओलांडून टेकडीकडे गेली. एक मादी मागे होती, ती बराच वेळ रस्त्याच्या कडेशी उभी राहिली. 'पुक्' आवाज करून, पांढरे शेपूट वर करून पळाली. माझा वास आला असला पाहिजे. मादी गर्भार वाटली.

डोंगरावर चढलो. हाच कळप पलीकडेही दिसला. एकच कळप घेऊन त्याच्यामागे राहता येते का, ते पाहिले पाहिजे.

६ मे : सकाळी ५.४०.

कांचनमृगाच्या पाच माद्या रस्त्याच्या कडेला येऊन उभ्या राहिल्या. मी रस्त्यावर होतो. भिऊन आत पळाल्या.

पँथरची पावलं दिसली.

'सीना' झाडाचे सुकुमार देठ वानरांनी खाता-खाता वाटेवर टाकलेले दिसले.

वानरे 'तोंडरी' फळे खातात. ही हिरवी, बोराएवढी फळे पिकत नाहीत,

सुकतात. वानरे ही फळे खाताना कुडुम्ऽ कुडुम्ऽ आवाज येत होता. बी कठीण, गर थोडा असे तोंडरीचे फळ असावे. झाडाखाली जाऊन पाहिले. पडलेली फळे तशीच होती.

अस्वलाची पावले दिसली. मोठ्या नाल्यात गव्यांचा कळप दिसला. त्या कळपात एकच कांचनमृगाची मादी खुशाल चरत होती.

वाऱ्याबरोबर कुजलेल्या मांसाचा वास आला. तळ्याच्या बाजूला Kill झाले असावे. तपास केला पाहिजे.

पँथरची विष्ठा (रस्त्यावर कशी?) दिसली. काळी होती. म्हणजे ताजीच. जुनी पांढरी पडते.

मोहाच्या झाडाखाली बरीच पाने. वानरांचा उद्योग असावा. कांचनमृग मोहाची फुले खातात, पाने खात नाहीत.

तेंदू (विड्या वळतात ती पाने)ची लालचुटूक रोपे तापलेली जमीन फोडून वर आली आहेत. यांची तांबूस लवलव, पोत चकित करणारी आहे. मी आज प्रथमच हा चमत्कार पाहिला.

६ मे : सकाळी ७.

तिरोडा रस्त्यावरच्या फरशीअलीकडे मोहाचे झाड आहे. रस्त्यावर फूल पडले की आवाज होतो. टपाटप फुले पडतात. आज सडा पडलेला पाहिला. झाडाला पाने दिसली नाहीत. फूल ओले, जड, पिवळसर रंगाचे कळीवजा दिसले. चोखून पाहिले, गोड लागले. वास उग्र होता.

परत येताना फॉरेस्ट गार्डच्या घरापुढील बाजल्यावर मोहाच्या फुलांचे वाळवण घातलेले दिसले. तान्सू मेश्राम म्हणाला, "फुले वाळवून पिठात मिसळतात, भाकरी गोड लागते."

जंगली आंब्याच्या लहान-मोठ्या कोयाही वाळत टाकलेल्या दिसल्या. कैऱ्या कापून फोडीही वाळत घातलेल्या होत्या.

तिरोडा रस्त्यावर, पाऊण-एक किलोमीटर गेल्यावर डाव्या बाजूला टेकडीच्या मुरगळ्याला सुरुवात होई. रस्त्याच्या समांतर अशी ती बरीच पुढे जाई. या टेकडीच्या सुरुवातीलाच एका विशिष्ट जागी मी रस्त्यावर पोहोचलो की, शिमग्याची होळी पेटल्यावर येतो, तसा वास येई. जंगलाला आग लागून उधईने पोखरलेली झाडे इथे पेटताना दिसली. उष्ण झळा येत, राखेचा वास येई. भस्माचे पट्टे ओढावेत, तशी राख जागोजाग टेकडीच्या उतारावर दिसे.

तिरोडा रस्त्यावर मला नेहमीच्याच ठिकाणी, नेहमीच्या वेळी कांचनमृगांचा कळप दिसे. तीन मोठे नर, सात मद्या, वर्षाची पोरे, लहान शावके – असा एक कळप तीन वेळा मी पाहिला; तेव्हा त्याच्या मागोमाग दिवसभर हिंडावे, असा विचार करून मी रस्ता ओलांडून टेकडी चढलो. पानगळ झाल्यामुळे कितीही जपून चालले तरी आवाज हा व्हावाच, असाच हा ऋतुकाळ होता. बिबळ्यासारख्या मांजराच्या चालीने जाणाऱ्याच्या पंजाचासुद्धा जिथे वाळल्या सागाच्या पानांवर आवाज होई, तिथे मी कोण?

टेकडीपलीकडे पुन्हा मला तोच कळप दिसला; पण झाडेझुडे, ओघळी, टेकड्या, यांनी हा भाग एवढा घनदाट झाला होता, जनावरांच्या जाण्या-येण्याच्या इतक्या असंख्य वाटा दिसत होत्या की; तास-दोन तास भटकूनही मला नेमके या कळपामागे सारखे राहता आले नाही. मी त्यांना पाहण्यासाठी बहुधा त्यांनी मला पाहिलेले असे. हा अनुभव मला अनेकदा आला. शिवाय तांबड्या डोक्याचे पोपट संशयास्पद रीतीने वावरताना झाडांच्या शेंड्यांवरून मला पाहत. त्यांचा मला काही पत्ता नसे. मी झाडाशेजारी जाताच कॅऽकॅऽकॅऽ असा दचकवणारा मोठा कोलाहल करून उडत. त्यामुळे आसमंतातील वन्य प्राणी सावध होत आणि फार लांबून मला हेरत. ट्रीपाय, किलकिल्या, तांबट, काष्ठकूट ही सगळीच पाखरं मी दृष्टीला पडताच हाका द्यायला सुरुवात करत. त्यांच्या किंकाळ्यानी जंगल भरून जाई. माझ्या घुसखोरीमुळे मलाच शरमल्यासारखे होई. कांचनमृगांना माझा पत्ता चटकन लागे आणि तो कळप तत्काळ पसार होई. त्यामुळे एकच एक कळप धरून त्यामागोमाग महिनाभर तरी हिंडण्याचा बेत सफल झाला नाही. मी नाद सोडून दिला.

तिरोडा रस्त्यावर, मी आजवर कधीही पाहिले नव्हते, असे वन्य प्राणी पाहिले. माणसाच्या वाऱ्यालाही उभी न राहणारी आणि ज्यांना वाघही घाबरतो, अशी रानकुत्री मी इथेच, या रस्त्यावरच पहिल्यांदा पाहिली. तांबड्या रंगाची, नेहमीच्या कुत्र्याएवढी, पण लांब झुपकेदार शेपट्या असलेली. पहिल्यांदा रस्ता ओलाडून दोन कुत्रे पुढे गेले आणि काही क्षणांनी मादी गेली. ती घुटमळल्यासारखी दिसली. रस्ता ओलांडून झाल्यावर थांबून-थांबून तिने मागे पाहिले आणि मग एकामागोमाग अशी तिची पाच महिन्यांची सहा पोरे रस्ता ओलांडून आईमागे गेली. या सगळ्याच कुत्र्यांची चालण्याची पद्धत चोरट्यासारखी होती. माना खाली, नाके भुईला लागून आणि कान सदा टवकारलेले. बातमी

अशी होती की, एकूण बारा कुत्र्यांची टोळी आहे. पण पोरांना भरविण्यासाठी आणि त्यांच्या संरक्षणासाठी एक मादी अन् दोन नर वेगळे झालेले दिसत होते. याच टोळीने ऐंशी किलो वजनाचा डुक्कर मारलेला मी काही दिवसांनंतर पाहिला.

प्रचंड शक्तिशाली असे गवे अनेकवार मी तिरोडा रस्त्याच्या हिरव्या काठावर पाहिले. सकाळी सहा वाजेपर्यंत आणि संध्याकाळी सहाच्या पुढे ते दिसत. एरवी अंगावरच्या माश्या वारण्यासाठी हलणारे गव्याचे शेपूट, माझा संशय आला की, जोरजोराने हलत राही. फार जवळून मी यांना पाहिले. अर्थात, आम्ही एकमेकांविषयी अनादर कधीही व्यक्त केला नाही. गव्यांच्या घुमट माथ्यावर बसलेल्या मैना मी अनेकदा पाहिल्या. एकदा कोतवालही पाहिला. वाहनात बसावे, तशी ही पाखरे मजेत दिसत.

सांबराची थोराड मादी व तिचे पोर दिसे, तेही संध्याकाळीच. शिंगाडा नर मात्र एकटाच हिंडताना आढळे. जेव्हा दिसे, तेव्हा आपली भव्य शिंगे घेऊन तो एखाद्या झाडाच्या खोडाआड उभा असे. माझी चाहूल लागताच तो पुढचा एक पाय जमिनीवर ठोकी. हे मला आव्हान होते, का त्याच्या जातीला इशारा?

तिरोडा रस्त्यावर, कधीमधी अधिकाऱ्यांच्या जीपच्या चाकोऱ्यांच्या खुणांशिवाय इतर मानवी वावर कधी दिसला नाही. बैलबंडी, गुरेढोरे, शेळयामेंढ्या, बांबूचोर यांचा कधीही वावर नव्हता; वानरांचा तेवढा असे. रानकोंबड्यांच्या पायांची नक्षी कधी कधी धुळीवर दिसे. एकदा मोराचे पायही दिसले होते.

हा रस्ता अगदी सुरुवातीला मी बघितला, तेव्हा रस्त्याच्या दोन्ही बाजूंना सगळी निष्पर्ण झाडे होती. हिरव्या-पोपटी रंगाचा शिडकावा उगीच कुठे-कुठे दिसला. पण हळूहळू किमया घडत गेली. पहिल्यांदा तेंडूचे लालचुटूक कोंब फुलांच्या गुच्छाप्रमाणे जागोजाग दिसू लागले. जसजसे दिवस जात होते, तसतशी झाडे फुटत होती. सकाळच्या थंड हवेबरोबर एकदम थंड असा गंधही येई आणि तिरोडा रस्त्यावर मोहरून उभे राहिलेले एखादे अनोळखी झाड दिसे.

वानरांच्या खारमाती चाटण-स्थळाशेजारी एकदा असाच अचानक मला कळ्यांतला बहावा दिसला आणि पुढे चार-सहा दिवसांतच सुरेख फुलून त्यानं तांबड्यालाल तिरोडा रस्त्याला जरीपदरी ऐश्वर्य आणले. वरचेवर मी त्याच्या भेटीला जाऊ लागलो.

तो टपाटपा फुले गाळणारा मोहाही एकदा असाच लालचुटूक पालवीनं

भरून गेलेला मी पाहिला. आजूबाजूला हिरवी झाडे आणि मधे हाच तेवढा लाल. पुढे-पुढे त्याची गडद सावली रस्त्यावर पडू लागली. आंब्याच्या बरोबरीने मोहाचे झाडही थंडगार छायेसाठी नाव कमावून आहे.

पंच-पंच उष:काली उठून तिरोडा रस्त्याला भेट द्यायची, असे माझे ठरून गेले होते. इतक्या लवकर चहा-कॉफीसारखे पेय मिळावे, अशी साधनसामग्री माझ्यापाशी नव्हती. रानातच तीन दगड आडोशाला मांडून पाणी उकळावे आणि कॉफीची चमचाभर पूड त्यात टाकून काळी कॉफी घ्यावी म्हटले, तर पुण्याहून येताना एक भांडे आणण्याची बुद्धीही मला झाली नव्हती. कधी कधी रात्री, चौकीदार जयराम रेस्ट हाउसमध्ये उतरलेल्या कोण्या बड्या साहेबाची सरबराई करण्यासाठी भल्या पहाटे चूल पेटवून कामाला लागलेला दिसे. तेव्हा मी त्याच्याकडून माझ्या इनामलच्या मगमध्ये उकळलेले पाणी मागून घेई आणि त्यात कॉफीचा एक मोठा चमचा टाकून एक सुरेख गंध आणि जीवनाला असते तशी सुखद कडवट चव असलेले ते उष्ण पेय चाखत-माखत घेत व्हरांड्यात बसत असे. दिशा नुकत्याच उजळू लागलेल्या असत आणि दयाळ पक्षी सुस्वर ताना घेऊ लागलेला असे.

अगदी सकाळी-सकाळी तिरोडा रस्ता विलक्षण शांत असे. माझ्याच पावलांचा आवाज केवढा तरी मोठा वाटे. जरा चालून गेलो की, पाचोळ्यात दचकवणारा आवाज होई. बारकाईने पाहिले की वानरे दिसत.

फक्त एकदाच अचानक असा एक थोराड गवा मला ऐकू आला. माझ्यापासून वीस फुटांवरच तो बांबूच्या आड असावा. माझ्या पावलांचा आवाज घेत, तो काही क्षण गप्प उभा राहिला. काही क्षण विलक्षण शांतता आणि मग तुफान खसफसाट करीत तो उधळला. त्याचे काळे तुकतुकीत अंग, पीळदार स्नायू दिसतात न दिसतात तेवढ्यात तो गेलाही.

मे महिन्याचा मध्य उलटून गेल्यावर एके दिवशी कधी नव्हे, तो संध्याकाळी माणसांचा गलका तिरोडा रस्त्याच्या कोपऱ्यावर ऐकला. शंभर-सवाशे कामकरी पोरे, बाया, बाप्ये जमले होते. त्यांनी तळ टाकण्याअगोदर भली मोठी जागा जाळून दग्धभू केली होती. रानातून हिरवे बांबू तोडून आणले होते. छप्पर शेकारण्यासाठी डहाळ्यांचा ढीग तोडून आणला होता. झाडांच्या खोडांच्या सालपट्ट्या सोलून आणल्या होत्या. काळेकरंद, उघडेवाघडे, भुकेने हाडाडलेले हे मजूर कंत्राटदाराने दोन-अडीच रुपये रोजाने आणले होते.

त्या दिवशी संध्याकाळी तिरोडा रस्त्यावर मला केवळ बांबू आणि तोडलेल्या

झाडांच्या फांद्या ओढत आणल्यामुळे उठलेले कुरूप फरकाटे दिसले. जागजागी बांबूची बेटे छिन्नविच्छिन्न झाली होती. त्यांच्या ढलप्या, तुकडे तांबड्या रस्त्यावर पडले होते. माणसाच्या पावलांशिवाय कसल्याही पाऊलखुणा रस्त्यावर उठलेल्या नव्हत्या.

इथून पुढे मी नागझिरा जंगलात होतो, तोवर तिरोड रस्ता पार कळाहीन झाला.

रोज सकाळच्या ताज्या वृत्तपत्राप्रमाणे वाचता येणारा हा सुंदर रस्ता भेळ खाऊन टाकलेल्या, चुरगळलेल्या रद्दी कागदांसारखा दिसू लागला. ∎

| वाटा |

रस्ते हे वाहनांसाठी असतात आणि पायांसाठी वाटा असतात, हे जनावरांइतके आणखी कुणाला कळले नसावे. रस्त्यांचा उपयोग फक्त ओलांडण्यासाठी त्यांनी केलेला मी पाहिला.

मग मी जनावरांनी पाडलेल्या वाटा धुंडू लागलो.

ह्या उद्योगात चुकून भलतीकडे जाण्याचा धोका होताच. अरण्यात चुकण्याचा एक अनुभव मी बऱ्याच वर्षांपूर्वी धारवाडकडच्या 'गुंजावती' जंगलात घेतला होता आणि काही धोका होण्याऐवजी बुद्धीला कानस लागून ती लखलखीत होण्याचं फळ माझ्या पदरी पडलं होतं. सकाळपासून संध्याकाळपर्यंत माझ्या काळजीनं हैराण झालेल्या सवंगड्यांच्या शिव्या ह्या फायद्याबदली मी आनंदानं सोसल्या.

जनावरांच्या या वाटांनी मला बऱ्याच अज्ञात गोष्टींकडे नेले.

माझा निवास सोडून नागझिरादेवीच्या देवळापाशी गेले की, डाव्या-उजव्या बाजूला न वळता थेट पुढे जायचे. ह्या रस्त्याच्या दोन्ही बाजूंना उठलेल्या गावठाणाच्या जागी आता गवताळ सपाट जमीन आहे. हा रस्ता बराच चालून गेल्यावर उजव्या बाजूला असलेल्या फॉ रेस्ट-गार्ड्सच्या क्वार्टर्स ओलांडून उजवीकडे वळायचे. डाव्या बाजूला बरेच जळलेले जंगल होते. इथे झाडे पर्णहीन होती आणि गवतकाडी जळून जमीन काळी पडलेली होती.

ही वाट पुढे पिटझरी रस्त्याला छेदून जंगलातून, टेकडीवरून खाली उतरत होती आणि नव्याने बांधल्या जाणाऱ्या आलिशान अशा तळ्याकाठच्या रेस्ट हाउसपासून निघणाऱ्या गोल रस्त्याला मिळत होती.

बारीक-बारीक वाटांची ओळख होण्याअगोदर ह्या लहान वाटेनं मी अनेकवार

गेलो. इकडं वाहनांचा, माणसांचा काही वावर नव्हता. बऱ्याच वेळा ठरावीक ठिकाणी भुरगुंज्यांचा थवा एकदम फडर्रकन उडून मला दचकवी. वाटेच्या कडेला असलेल्या वारुळापाशी त्या काही कण, दाणे वेचीत असत. दुरूनच मला पाहत आणि मी अगदी जवळ येताच चारी दिशांनी उडत.

काही मिनिटांनी बारीक आवाज करून त्या एकमेकींना इशारा देत आणि पुन्हा एकत्र गोळा होत.

बाजूच्या झाडीत चितळ वारंवार दिसत. एकदा तर भल्या सकाळी मला सर्वांत मोठा म्हणजे एकवीस चितळांचा कळप भेटला. त्यात लहान पोरे बरीच होती. नर मात्र नव्हता.

एकदा सकाळी साडेपाच वाजता एकटाच भटकणारा भलामोठा शिंगाडा चितळ, कुतूहलानं माझ्याकडे बघत बराच वेळ उभा होता. मी दुर्बिणीतून पाहिले, तर त्याच्या देखण्या शिंगांची दोन्ही टोके वीत-वीत पांढरी दिसली. एरवी झाडाच्या फांद्यांत मिसळून जावीत, अशा रंगाची दिसणारी ही शिंगे टोकांशी पांढरी का झाली होती, हे कोडे मला उलगडले नाही. एक तर त्याने वारूळ उकरले असले पाहिजे किंवा पाडून टाकण्यासाठी शिंगे झाडाच्या बुंध्यावर घासली असली पाहिजेत.

डोक्यावरची शिंगे म्हणजे चितळाचे झोकदार शिरोभूषणच असते. वाफेवर आलेल्या माद्यांना आकर्षित करण्याचा त्यांचा हेतू साध्य झाला, माद्या वाफेवर येण्याचा काळ संपला की, हे शिरोभूषण त्याला अवजड ओझेच होते. मोठे पागोटे घालून वावरावे, तसे त्याला होत असले पाहिजे. मग झाडाच्या बुंध्यावर आपटून ही शिंगे चितळ पाडून टाकतात.

दहा ते बारा महिने ही शिंगे राहतात. मग ती गळून पडतात. पडली की, तत्काळ नवी शिंगे उगवू लागतात. पुन्हा माद्या वाफेवर यायच्या वेळी ही शिंगे पहिल्यापेक्षा जास्ती उंच होऊन तयार असतात.

पडलेली शिंगे एक तर सायाळ खाऊन टाकते किंवा माणसे उचलून विकून टाकतात. पिस्तुलाचे बट् करण्यासाठी ह्याचा उपयोग होत असल्यामुळे परदेशांत त्यांना मागणी असते.

ह्याच वाटेवर टेकडीचा माथा थोडा चढून गेल्यावर मला पहिल्यांदा रानकुत्र्याची विष्ठा दिसली. ह्या उमाठ्यावर उभं राहून टेहळणी करता-करता त्यानं देहधर्म उरकला असावा. ती विष्ठा तरसाच्या नजरेतून सुटली असावी. कारण तरस ही विष्ठा खाऊन टाकतात. कदाचित ह्या भागात तरस नसावेतही. भल्या पहाटे, रात्री-अपरात्री हिंडताना मला तरस कधी

दिसले नाहीत.

ही विष्ठा पानात गुंडाळून मी मुक्कामावर आणली आणि मारुतरावांच्या प्रयोगशाळेत जेव्हा ती तपासली गेली, तेव्हा तिच्यात रानडुकराचे केस आढळले.

ह्या वाटेवर डुकरांचा आणि सांबरांचा वावर होताच. कारण थोडे पुढे जाताच काल रात्री सांबरानं टाकलेल्या लेंड्याही आढळल्या.

आणखी पुढं गेलो, तर उजव्या बाजूला वाट सोडून दहा-एक फुटांवर चांगलं खळंभर गवत सुकलेलं, तुडवलं गेलेलं दिसलं. लगेच मनात आलं की, सांबराची रात्री बसायची जागा दिसते. गोल चक्कर मारून जागा नीट पाहिली आणि वाटलं, एवढ्या उघड्यावर सांबरं किंवा नीलगाई बसतील का? त्याहीपेक्षा बलिष्ठ अशा जनावराची ही जागा असावी, बहुधा गव्यांची.

ह्या वाटेवर, अनपेक्षित असं काही बऱ्याच वेळा घडलं. एकदा संध्याकाळी वरच्या टेकडीच्या उतारावरून चौखूर धावत एक चितळाची मादी आणि तिचं वर्षाचं पोर आडवं गेलं. त्यामागोमाग एकच रानकुत्राही गेला. मी आणि मारुतराव वाटेवर थांबून पाहत होतो.

उजवीकडं पाहत-पाहत थोडं पुढं गेलो, तर कुत्र्यांचा रागीट गुरगुराट वाटेच्या डाव्या बाजूने आला. अगदी जवळ झुडपागवतात थोडा आवाज झाला. दिसलं काही नाही. म्हणजे कुत्र्यामागोमाग मादी आणि तिची पाठ धरून ती सहा लहान पोरं येत असावीत. आम्हाला बघून गवतात दडून राहिली असावीत आणि आम्ही पुढ्यात जाताच दचकून गुरगुराट करून परत फिरली असावीत.

कुत्री दचकली, तसे आम्हीही दचकलो. त्यांनी आवाज केला. आम्ही केला नाही, एवढंच.

आणखी एकवार इथंच पहिल्यांदा एक, दुसऱ्यांदा आणखी एक असे दोन गवेही खालच्या दरीत चरताना दिसले. आमच्या पावलांचा आवाज ऐकू येताच ते धावत झाडीत दिसेनासे झाले.

एकदा आमच्याच पाऊलवाटेनं प्रचंड मोठा डुक्कर मुस्कट खाली घालून आपल्याच नादात चालत येताना दिसला. आम्ही उतारावरून येत होतो. तो समोरून चढणीला लागला होता. तो बघताच आम्ही जागच्या जागी गप्प – एखाद्या झाडाच्या खोडासारखे राहिलो. तो प्रभूचा तृतीयावतारही काही गहन विचारात बुडला असावा. कारण थेट समोर येतच राहिला. येता-येता अगदी पंधरा फुटांपर्यंत आला. एकदम थांबला. मुस्कट वर करून त्यानं वास घेतला

आणि मग मात्र वाट सोडून तो धूम तिरका-तिरका असा वरच्या टेकडीवर गेला. बराच वेळ तो दिसत होता.

इतक्या समोरासमोर माझी आणि डुकराची अगदी पहिल्यांदाच गाठ पडली होती.

ह्या वाटेवर मी काही धडे शिकलो.

रानकुत्री ऐन वाटेवर लेंडकं टाकतात. (एकदा हा प्रकार बिबट्यानं केल्याचं मी पाहिलं. खरं तर त्याची अशी सवय नाही.)

शाकाहारी प्राण्यांच्या लेंड्या गोल, लांबोडक्या, लहान असतात.

मांसाहारी प्राण्यांच्या लेंड्या लांबोडक्या आणि टोकाशी निमुळत्या असतात.

रानकुत्र्याची विष्ठा तरसं खाऊन टाकतात.

कोल्ह्या-मांजरांसारखे प्राणी आपली विष्ठा मातीनं झाकून टाकतात.

काही जनावरं आपली वावरण्याची जागा सीमारेखित करण्यासाठी विष्ठांचा उपयोग करतात. असा वेळी ही विष्ठा झाडाच्या खनपटावर, लहान झुडपाच्या माथ्यावर, खडकावर – अशी, जमिनीपासून थोडी उंचावर केलेली असते, म्हणजे वास राहतो.

काही जनावरांना एकाच ठिकाणी लेंड्या टाकण्याची सवय असते. अशा ठिकाणी नव्या-जुन्या लेंड्यांचा ढीग दिसतो.

हाडे फार खाल्ली असली की, विष्ठेचा रंग वाळल्यानंतर काही काळानं पांढरा होतो.

ही वाट टेकडीवरून खाली येऊन मोठ्या गोल रस्त्याला मिळत होती. हा रस्ता धुळीने भरलेला होता. तो तुडवून जवळच्या नाल्याकडे किंवा तळ्याकडे गेलेल्या जनावरांची पावले अगदी स्वच्छ अशी, मला ताज्या धुळीवर दिसत. बऱ्याच वेळा चितळांची, काही वेळा रानकुत्र्यांची – त्यांच्या पिलांची, सांबरांची, गव्यांची, नीलगाईंची.

सापाचे फरकाटेही दोनदा दिसले.

अशीच एक वाट नाल्यापलीकडे, तळ्याकडून निघून दाट जंगलात गेली होती. ह्या वाटेने जाताना मला एकवार नाल्याच्या कडेशी असलेल्या एक मोठ्या झाडाच्या बुंध्यापाशी बिबळ्याच्या मूत्राचा भपकारा आला.

'मी ह्या जंगलात आहे, इतरांनी नोंद घ्यावी!' हे जाहीर करण्यासाठी त्याने बहुधा बुंध्यावर एक तुरतुरी सोडून दिली असावी.

ही खूण पुष्कळ दिवस राहते.

ह्याच वाटेवर अस्वलाने उधईचे लाडू खाण्यासाठी खोदलेले वारूळ मी पाहिले.

– आणि पाणी-पाणी करीत वेगानं येणाऱ्या गव्याच्या तोंडाला आलेला फेस याच वाटेवरच्या एका बारीक छडीला लटकलेला मी पाहिला.

इथे कधी सायाळीची विष्ठा दिसे.

मी आणि तान्सू जात होतो, तेव्हा इथेच एक घोरपड आमच्या चाहुलीनं पळत जाऊन वारुळाच्या बिळात शिरली.

– आणि एकदा अगदी समोर, झुडपाची पाने ओरबाडणारा गवाही मी पाहिला. तो पाठमोरा होता. आमची चाहूल येताच त्यानं केवळ मुसोलिनीच्या चेहऱ्याने एकवार आमच्याकडे पाहिले.

– आणि हातात काही हत्यार नसलेली ही य:कश्चित माणसे पाहून पुन्हा आपले खाणे सुरू ठेवले. येरूनी वेल आणि कसई, माहूर ही झुडपे तो ओरबाडत होता.

एका लहानशा झाडाखाली सांबराची बसण्याची जागा इथेच होती. तो काल रात्री इथे विसावला होता, हे मला कळले.

त्यानं शिंगानं साल सोलवटली आहे, असं सागाचं लहान झाड व त्याखाली खुरांनी खांदलेलं खळंही मी पाहिलं.

बिजा झाडाखालीही एका ठिकाणी मला खळं दिसलं. ही खळी माजावर आलेल्या सांबराच्या नरानं केलेली असतात. शिंगानं, खुरांनी माती उकरून तो असं खळं करतो. मूत्र, वीर्य यांचा सडा घालतो. त्यात लोळी घेतो. ह्या खळ्यांना उग्र वासाचा एवढा भपकारा असतो की, माणसालाही तो जाणवतो. माद्या ह्या वासानं आकर्षित होतात आणि खळ्यात लोळण घेतात.

दुसऱ्या प्रकारची खळी ही लोळीची ठिकाणं असतात. चावऱ्या कीटकांपासून सुटका व्हावी, म्हणून सांबर ह्या जागी मातीची अंघोळ करतात.

पुष्कळदा शिंगांनी माती उकरल्यावर नर मागल्या दोन्ही पायांवर उभे राहतात.

हा क्रीडेचाच एक भाग समजला पाहिजे. पोरपणी सर्वच जनावरं क्रीडा करतात; पण चांगली प्रौढ जनावरंही चेकाळून उधळतात, तेव्हा त्यांनी जपलेला हा खेळकरपणा बघून कौतुक वाटतं.

लवकरच रस्ते सोडून मी अशा वाटा धुंडत हिंडू लागलो. ह्या वाटांच्या कडांना चितळांनी शिंगं मारून सालीच्या चिंध्या लोंबवलेली झाडं मला अनेकदा बघायला मिळाली.

खाल्लेली साल आणि झाडाशी टक्कर खेळून सोलवलेली साल ह्यांतला फरक मला समजू लागला. एकीवर अर्धचंद्रकार अशा दातांच्या खुणा होत्या, दुसऱ्या सालीच्या चिंध्या लोंबत होत्या.

वाळलेल्या झाडांना पालवी फुटत होती. उत्तरोत्तर नवे-नवे चमत्कार दिसत होते. पिवळ्यारंजन फुलांच्या घोसांनी लहडलेले बहावे जागोजाग मला दिसत. कधी लालचुटूक पानांनी लहडलेला मोहा दिसे. आजूबाजूला पोपटी रंगाच्या पालवीची झाडे, मधेच पिवळा रंग शिंपडल्यासारखे बहावे आणि एकदम हा लालचुटूक मोहा.

आता जंगलात रंगपंचमी खेळली जात होती.

डोळ्यांना नाना रंग दिसत, नाना वास येत आणि अर्थ लावताना मती गुंग व्हावी, अशा खुणाही जागजागी दिसत. एकदा मला पुरातन किल्ल्यासारखे मनोहारी बांधणीचे वारूळ दिसले. ते एवढे प्रचंड आणि एवढे सुबक होते की, काही मिनिटे पाचोळ्यात बसून मी त्याचे रेखाटन माझ्या वहीत करून घेतले.

मनात सारखे येई की, केवळ रेखाटने करण्यासाठीच नागझिराला पुन्हा एकवार येऊन महिनाभर राहावे.

तिरोडा रस्ता मी ताज्या वर्तमानपत्रासारखा वाचला आणि वाटा धुंडताना रहस्यकथेच्या पानांतून वावरलो.

सुताने स्वर्गाला कसे जाता येते, ते ह्या वाटांनी मला दाखविले.

काहीही मिळवायचं म्हणजे वाटा तुडवाव्या लागतातच.

■

। वानरे ।

विदर्भातला उन्हाळा ऐन भरात होता. रोजचे तापमान दहा ते बारा डिग्री असे. मार्च महिन्यापासून पतझडीला सुरुवात झालेली. मे महिन्याच्या सुरुवातीला वृक्ष केवळ खराटे उरले होते. गवत, वेली, झुडपे सर्व काही पर्णहीन होते. नुकतेच नवे कोंभ, नवी पालवी फुटू लागली होती. जंगलात कुठे-कुठे हिरवा शिडकावा दिसत होता. पाच एकर विस्ताराचे तळे आता आटून बरेच संकोचले होते.

तळ्याच्या चारी दिशांना वानरदले होती. सकाळी पाच वाजता गळ्यात दुर्बीण अडकवून मी बाहेर पडलो की, माझ्या अगोदर उठून वानरांनी न्याहारीला सुरुवात केलेली असे. रस्त्याकडेच्या झाडांवरून बहुधा ही सुरुवात होत असे. तांबड्या धुळीने भरलेल्या रस्त्यावर काकड, सीना, मोवई ह्या झाडांचे अगदी सुकुमार, कोवळे लुसलुशीत कोंभ पडलेले दिसत. बाया, मुली, पोरे, दोन-तीन तरणी पोरे आणि टोळीचा प्रमुख दादा हुप्प्या – अशी एकूण बारा ते वीस जणांची टोळी असे.

मला बघताच सर्वांत आधी चिर्ऽ चिर्ऽ ओरडून पोरे गोंधळ करीत. त्यांच्यापेक्षा मोठी पोरे पाना-खोडांआड लपून डोकावत. हा कोण प्राणी आहे, असा भाव त्यांच्या हालचालींतून दिसे. छात्या ओघळलेल्या वानरिणी आधी बसल्या झाडावर उंच-उंच जात. मग त्यांना काय वाटे, कोण जाणे; बुंध्यावरून सरासरा खाली उतरून, पाचोळा वाजवीत, एकीमागून एक अशा त्या दुसऱ्या झाडाकडे पळत. त्यांच्यामागोमाग वयात येऊ घातलेले बाप्ये, पोरे चट सारे जात. आपण आहोत, त्या झाडावर उंच जागी सुरक्षित राहावे, खाली उतरलो की भक्षकाच्या तावडीत सापडू, ही साधी गोष्ट काही हुशार वानरांच्या ध्यानी येत नाही.

मी प्रत्यक्ष कधी बघू शकलो नाही; पण ह्या पळापळीतच बिबळ्या आणि रानकुत्री वानरांचा घास करीत असतील. बिबळ्यांची, रानकुत्र्यांची ठिकठिकाणी सापडलेली विष्ठा जेव्हा तपासून पाहिली, तेव्हा तिच्यात वानरांच्या केसांचे प्रमाण फार मोठे होते. बिबळ्या आणि रानकुत्री यांच्या जेवणातला वानरे हा प्रमुख पदार्थ असावा.

कधी कधी भल्या सकाळी वाटेने मी सावधपणे जात असलो की, आवाज ऐकून जागच्या जागी थबकत असे. काड्ऽ काड्ऽ असा आवाज होई आणि बारकाईने बघितल्यावर ध्यानात येई की, शेलाट्या, उंच अशा झाडावर हुप्प्या बसला आहे. आणि रोहण ही हिरवी फळे एकाग्रतेने खातो आहे. लहानशा फळातील बिया त्याच्या दाताखाली वाजताहेत. सकाळच्या स्वच्छ आकाशाच्या पार्श्वभूमीवर पर्णहीन, केवळ लहान-लहान फळांच्या घोसांनी लगडलेल्या झाडावर असलेला हा हुप्प्या आहे. बाकीची टोळी आसपास असणार; कारण हुप्प्या टोळीत मिसळून कधी खात नाही, तो एकटा बाजूला असतो. मी कितीही जपून चाललो, तरी पाचोळा पायाखाली येई आणि टोळीप्रमुखाचे ध्यान माझ्याकडे जाई. नेहमी जंगलात आढळणाऱ्या माणूसप्राण्यापेक्षा माझे ध्यान अगदी वेगळे दिसे. ऑलिव्ह ग्रीन रंगाची हॅट, त्याच रंगाचा शर्ट, पँट आणि बूट माझ्या अंगावर असत. काही क्षण माझे निरीक्षण करून, हुप्प्या, 'हुप्पऽ हुप्पऽ' असा मोठमोठ्याने आवाज करी, फांद्या गदगदा हालवी. दहा-दहा फूट खाली असलेल्या दुसऱ्या झाडाच्या फांद्यांवर उड्या ठोकी. त्याच्या वजनाने फांदी जमिनीला टेके. मग हा पातेऱ्यावर खसफसाट करीत, शेपटीचा गोल पाठीवर उभारून दुसऱ्या झाडावर चढे. मिनिट-दीड मिनिट असे तो आपल्या ताकदीचे प्रदर्शन करून मला जाणीव देई की, 'ह्या टोळीचा प्रमुख मी आहे.' त्याचा हा दंगा सुरू झाला की, दोघे-तिघे लहान वानर नरही त्याचे अनुकरण करीत. एखादा वाघ निघावा तशी घबराट, पळापळ साऱ्या टोळीत होई. जागा सोडून देऊन वानरे जास्ती आत शिरत. दिसेनाशी होत.

टोळीप्रमुखाला किंवा इतर कुणाला पत्ता न लागू न देता एखाद्या झाडाच्या बुंध्याआड होऊन निरीक्षण करण्यात कधी कधी मी यशस्वी होई. वानरांच्या खाण्यात निवांतपणा कधी दिसला नाही. दोन्ही हातांनी पाने, कोंभ, फळे खाणे सुरू असे. कोवळी डहाळी पायाने ओढून जवळ घ्यावी, पायानेच धरून ठेवावी आणि पंजाब्यासारखे दोन्ही दोन्ही हातांनी खावे. खाणे कसले, पोत्यात भरणेच असे ते. तांबडी तोंडे असलेली माकडे असे भराभर खाऊन गालाच्या पिशव्या भरून घेतात. वानरांच्या पोटात साठवण्याचा एक कप्पाही असतो. सतत हल्ला होण्याच्या भीतीने ती सापडेल ते भराभर खाऊन घेत असावीत. खाता-खाता झाडाखाली पाला, डहाळ्या, अर्धवट खाल्लेली फळे इतकी पडतात की, चितळ-हरणे त्या उष्ट्यावर जोगावतात.

वानरांच्या खाण्यातला बारकावाही मोठा वाखाणण्याजोगा होता. कशाचे काय

खावे, ह्याचा विवेक त्यांना होता. काकड वृक्षाची कोवळी डहाळी घेऊन एका वानरिणीने आधी त्याची पाने खाऊन घेतली. मग ऊस सोलावा तशी डहाळी सोलली आणि आतले भेंड खाल्ले.

शाल्मली वृक्षाखाली एकदा वानरांचा घोळका वाऱ्यावर तरंगत खाली येणाऱ्या पांढऱ्या म्हाताऱ्या धरताना बघून मी चकित झालो. हा खेळ म्हणावा काय? म्हाताऱ्या पकडून ही वानरे काय करीत आहेत? लपत-छपत, आडोसा घेत मी जवळ जाऊन बघितले; तर म्हाताऱ्यांना जमिनीवर आणण्याइतपत वजन असलेल्या त्या एवढ्या एवढ्या काळ्या बिया मोठ्या साक्षेपाने काढून खाणे चालले होते. मसुरीच्या डाळीएवढा आकार असलेल्या, चपट काळ्या-करड्या अशा ह्या बिया मूठभर खाण्यासाठी ढीगभर वेळ जात असेल. पण, घड्याळाबरोबर आपण माणसे चालतो; वानरांना वेळेचे महत्त्व नव्हते.

तळ्याच्या पलीकडच्या काठावरही एकदा वानरांची झुंडच्या झुंड वृक्षाखाली, पालापातेऱ्याच्या थरातून शोधून-शोधून काही खाताना मी पाहिली. बराच वेळ त्यांचे हे खाणे चालू होते. काय असावे, ह्याचा अंदाज करता येईना. वानरे फार रमलेली दिसली, त्या अर्थी खाण्याची वस्तू सहज मिळणारी नसावी.

दुपारचे अडीच वाजले होते. डोक्यावर हॅट ठेवून मी बाहेर पडलो. बराच मोठा वळसा घेऊन तळ्याच्या काठी आलो. वानरे फार एकाग्रचित्त होती. माझी चाहूल त्यांना लागली नाही. मी दहा फुटांपर्यंत जाऊन दुर्बिणीने जेव्हा पाहिले, तेव्हा कळले की हे वालापेक्षा थोड्या लहान आकाराच्या, हिरवट पांढरे कवच असलेल्या बिया खात आहेत. आजूबाजूला बारीक नजरेने पाहता, मला तसल्या तीन बिया सापडल्या. त्या घेऊन येऊन मी तान्सूला दाखवल्यावर तो म्हणाला, "ही चारोळी आहे."

तान्सू मेश्राम हा रानकाढ्या वनविद्येत फार हुशार माणूस होता. त्याच्याबरोबर हिंडताना मला एकवार अंजनाच्या झाडाच्या खोडावर कोणी तरी साल खाल्लेली दिसली. हिरवट पांढरी साल चार बोटांएवढी खाल्ली होती आणि अंजनाला लालसर रंगाची जखम झाली होती. जमिनीपासून दोन फुटांवर ही खूण होती.

मी विचारले, "तान्सू, अंजनाची ही साल कुणी खरवडली?"

तान्सूने वाकून पाहिले, हात फिरवला आणि म्हटले, "वानरानं जी. ढलपा काढून जागा चाटलीया."

शक्य होते. अंजनाचा चार थेंब रस चाटण्यासाठी वानर एवढा खटाटोप अगदी आनंदाने करील.

मी राहत होतो तिथे दुपारी, सकाळी एक झुंड दिसायची. तिच्यातल्या एका वानरिणीचे खालचे दोन दात पडलेले मी पाहिले. दात का गेले, असा प्रश्न माझ्या मनात आला होता. तिनेही असाच काही खटाटोप केलेला असणार आणि अंजन चाटण्याची किंमत म्हणून दोन दात गमावले असणार.

सकाळी पाच वाजल्यापासून साडेआठ-नऊपर्यंत वानरांचे खाणे होई. मग हळूहळू ती तळ्याच्या दिशेने सरकत. त्यांचे पाण्यावर येणे मला घराच्या व्हरांड्यातून दिसे. पार पलीकडच्या काठावर, तीनशे यार्डांवरची त्यांची हालचाल मी निवांतपणे बघत असे.

उन्हाने व्याकुळलेली वानरे आधी पाण्याशेजारच्या उंच वृक्षावर येऊन बसत. काही वेळ चौफेर नजर फिरवून काही धोका नाही, जवळपास बिबळ्या-रानकुत्रे दबा धरून नाही, याची खात्री करून घेतल्यानंतर कोणी तरी एक धाडसाने खाली उतरून पाण्याच्या काठी, पण काही अंतरावर येऊन बसे. त्याच्या मागोमाग अंतरा-अंतराने आणखी उतरत. पंगतीसाठी जमवावेत, तसे एकत्र जमत. इथेही इकडे-तिकडे बघण्यात काही वेळ काढला जाई. मग शेपूट उभारून कुणी एक जण पाण्याच्या अगदी काठाशी येऊन बसे. त्याच्या मागोमाग दुसरा येई आणि क्यूमध्ये बसावे, तसा मागे बसे. इथेही काही वेळ जाई.

एकदा वानराने चिखलात बोटे बुडवून वास घेतल्याचे आणि ती जागा सोडून तो चार-सहा यार्ड खाली गेल्याचे मी पाहिले. म्हणजे तिथले पाणी रानडुकराने किंवा कुणी तरी घाण केले असले पाहिजे. त्याला नको तो वास येत असला पाहिजे.

पाण्यावर येताना दिवसा उजेडीसुद्धा वानरे फार सावधगिरी घेत. याचा उघड अर्थ असा होता की, सर्वांत जास्त धोका त्यांना पाण्यावर होत असावा. बिबळ्या, रानकुत्री हे पाण्याजवळच्या जाड गवतात दडून बसत असले पाहिजेत आणि सर्व घोळका पाण्याच्या काठी येऊन बसल्यावर एकदम झेप घालून वानराला उचलत असावेत. ह्याशिवाय अजगर आणि मगरी ह्यांची जबरदस्त भीती त्यांना पाण्याकाठी असावी.

पाण्याकाठी बसून, दोन्ही हातांच्या आधारावर वाकून वानरे पाण्याला तोंड लावीत. अशा वेळी दुसरे वानर पाठीमागे बसून असे. पाठीमागे कोणी नसेल, सगळी वानरे ओळीने पाण्याकाठी असतील; तर सबंध पाणी पिण्याच्या काळात दोन

ते तीन वेळा वानर मान उचलून आजूबाजूला पाही. मागे सोबती बसून आहे, अशा वेळी खाली तोंड घालून एक मिनिट आठ सेकंद पाणी पिताना मी एक वानर पाहिला.

पाणी पिऊन होताच मात्र हरीण, गवे, पाखरे यांच्याप्रमाणे वानरे पाण्याकाठी रेंगाळत नसत. तत्काळ तोंड फिरवून झाडाकडे जात. एक वानर असा गेला की, मागे बसून असलेला वानर त्याच ठिकाणी पाण्याला तोंड लावी. हे पाणी चाखलेले आहे, ते चांगलेच असणार!

पाणी पिण्याचा हा समारंभ दहा-पंधरा मिनिटे चालत असे.

आठ मे रोजी तेरा वानरांची एक टोळी दुपारी साडेतीन वाजल्यापासून तीन

पंचावन्नपर्यंत पाणी पीत होती आणि मी पाहत होतो.

उन्हाच्या तडाख्यात वानरे झाडाच्या बुडाशी बसून डुलकी घेत. झाडच्या खोडाकडे पाठ करून सावलीला बसलेले मी त्यांना कधी पाहिले नाही. खोडाकडे तोंड करून, पायाचे तळवे, हाताचे तळवे खोडाला लावूनच ती बसत. तत्काळ चढून जाण्यासाठी हीही सावधबुद्धीच असावी. अनेकदा त्यांना मी दोन फांद्यांच्या बेचक्यातही पेंगत असताना पाहिले आहे. अशा वेळी, आईच्या पोटाशी चांगले जाणते लेकरूही जाई आणि तीही त्याला पोटाशी धरून झोपे. झाडाच्या हिरव्या पालवीतून एक मोठे आणि एक लहान अशी लोंबणारी दोन शेपटेच तेवढी खालून दिसत.

विश्रांती संपली की, पुन्हा खाणे सुरू होई.

नागझिराला रेस्ट हाउससमोर वन खात्याने सुंदर बागा तयार केलेल्या आहेत. ह्या बागांत येऊन वानरे फुलझाडांचा नाश करतात, म्हणून माळी त्यांना सतत हुटाहुट करीत. माळ्यांचा ताफाच्या ताफा ह्या कामात तत्परता दाखवीच; पण माळ्यांच्या बायका, मुली, मुले, दोन कुत्री हीही वानरांमागे हात धुऊन लागत. रॉकेल तेलाची डबडी धाड्ऽ धाड्ऽ वाजवीत, धोंडे फेकून हा-हो करीत. दोन कुत्री वानरांचा ताणपट्टा काढीत. बाजारच्या दिवशी सुट्टी असली की, माळी शेजारी आठ-दहा मैलांवर असलेल्या बाजाराच्या गावी जात. सर्वत्र शुकशुकाट असे. अशा वेळी दबकत-दबकत वानरांची झुंड बागांत उतरे आणि चोरटेपणाने फुलझाडांवर तुटून पडे.

माझ्या निवासासमोरच्या बागेत अशी त्यांनी धाड घातलेली मी तीन-चार वेळा पाहिली. आपल्याला धुडकावयाला कोणी येत नाही, हे ध्यानी येताच त्यांना फार आनंद होई. इतका की, मोठ्या वानरिणीसुद्धा हिरवळीवर गडबडा लोळत, पोरे उड्या मारत, एकमेकांशी कुस्त्या खेळत, झाडाच्या बुंध्याभोवती शिवाशिवी चाले. फांद्यांना लोंबकाळणाऱ्या पोरांचे शेपूट ओढून त्यांना खाली पाड, लाकडी कुंपणाच्या कठड्यावरून डोंबाऱ्यासारखे चाल, असा अगदी हैदोस चाले.

मी व्हरांड्यात बसून दुर्बिणीने पाहत असे. दंगा करताना काही वानरे माझ्याकडे चोरटा दृष्टिक्षेप टाकत. माझी प्रतिक्रिया काय आहे, हे अजमावण्यासाठी ती माझ्याकडे बघत-बघत शेवंतीची लहान रोपटी उपटून तोंडात कोंबत. काही जण काळ्या तोंडातले पांढरे दात मला दाखवून मला खिजवू बघत.

ही एक झुंड थोडी माणसाळलेली होती. तिच्यात एक म्हातारा वानर होता. त्याच्या उजव्या बाजूला खांद्यापासून कुल्ल्यापर्यंत मोठा व्रण होता. काळ्याभोर तोंडावरही नाकाच्या मुळापासून खालपर्यंत ओचकारा होता. ही वानरा-वानरांतली मारामारी होती का, कोणा बिबळ्याच्या ओचकाऱ्यातून तो वाचला होता, कुणाला ठाऊक. पण एके काळी तो झुंडीचा प्रमुख असावा. आता मात्र तो थकला होता. झुंडीपासून एका बाजूला राहून तो खायचा आणि दुपारी एकटाच, दीनवाणा असा झाडाबुडी बसून पेंगायचा. नाकावरच्या व्रणामुळे त्याचा चेहरा विद्रूप दिसायचा.

तळ्याच्या पूर्व दिशेला, नाल्याकाठी एक सगळ्या हुप्प्यांचीच टोळी होती. लहान-मोठे असे अकरा जण ह्यात होते. मी कधी नाल्यात गेलो की, हे दणादण फांद्या हलवीत. उड्या हाणीत. नाल्यात बिबळ्या आणि रानकुत्री ह्यांचा वावर होता. त्यामुळे संध्याकाळी अंधार पडला की, खकर्रखक्ऽ खकर्रखक्ऽ असा धोक्याचा इशारा बहुतेक ह्या झुंडीच्या प्रमुखाकडून येई. सर्वच मंडळी धीट होती.

एकदा भर दुपारी, रानकुत्र्यांनी मारलेला डुक्कर पाहून मी परत येत होतो; तेव्हा तळ्याच्या बंधाऱ्यावर असलेल्या झाडांच्या छायेत बसून डुलक्या घेताना मी ह्यांना पाहिले. मी पाच-दहा फुटांवरून चाललो, तरी ह्यांना ढिम् नव्हते. सर्वांनी माझ्याकडे संपूर्ण दुर्लक्ष केले.

जपानी शास्त्रज्ञांनी काही वर्षांच्या निरीक्षणाने असे सिद्ध केले आहे की, एखाद्या टोळीतील हुप्प्या जेव्हा कमजोर होतो, तेव्हा ही सर्व नरांची टोळी त्या हुप्प्याच्या टोळीवर हल्ला करते आणि हुप्प्याला मारून टाकते. त्याची प्रजा अशी लहान-लहान पोरेही निर्दयपणे मारली जातात आणि सर्वांत ताकदवान असा वानर त्या टोळीचा प्रमुख होतो.

अगदी अलीकडेच 'लंगूर्स ऑफ अबू' नावाचे एक पुस्तक, एकोणीसशे एक्काहत्तर ते पंचाहत्तर ह्या काळात अबूमधील वानरांचा अभ्यास करून सारा बाल्फर हार्डी ह्या बाईंनी लिहिले आहे. त्यातही हीच निरीक्षणे आहेत. मी ह्या पुस्तकावरचा त्रोटक अभिप्राय तेवढा वाचला. मूळ पुस्तक पुण्या-मुंबईचे अनेक नामांकित बुक स्टॉल्स धुंडाळूनही मिळाले नाही.

तळ्याच्या पूर्व बाजूला तिरोड्याला जाणारा रस्ता होता. रस्त्याच्या दोन्ही बाजूंना जंगल होते. इकडे असणाऱ्या टोळीतील वानरे एका संध्याकाळी बसून वाकून-वाकून काही चाटताहेत, असे दिसले. जवळ जाऊन पाहिल्यावर लक्षात आले की, इथे खारी माती आहे. पुढे हिंडताना आणखी दोन ठिकाणी हाच प्रकार मला दिसला. चोरखमारा रस्त्याच्या बाजूला तर चांगली खळेभर जागा, बसण्यासाठी माणसांनी साफसूफ करावी तशी होती आणि वानरांनी चाटल्यामुळे वीत-वीत खोल खळगे तिथे पडले होते.

खारी माती चाटण्याचा हा प्रकार सांबरांनी करतानाही मी पाहिले. रानकुत्र्यांच्या विष्ठेतही बरीच खारी माती सापडते.

ह्या सर्व झुंडींचे हिंडण्या-फिरण्याचे, खाण्याचे क्षेत्र ठरलेले होते. एक ते दीड किलोमीटर एवढेच ते अंतर असावे. एकमेकांच्या हद्दीत जाण्यावरून क्वचित मारामाऱ्या होत. त्या फार दणादणीच्या झाल्याचे मी पाहिले नाही. आपापल्या हद्दीत मर्यादेने राहावे आणि शांततेने कालक्रमणा करावी, असाच सर्व झुंडींचा कल होता.

सकाळी उठल्या-उठल्या आज कोणत्या भागात जावे, हे ठरविण्याची जबाबदारी चार जाणत्या नरांवर असावी.

चोरखमारा रस्त्यावर एकदा भल्या सकाळी वानरे डाव्या बाजूच्या जंगलातून सावकाश रस्त्यावर येऊन बसताना पाहिली. एक-एक करता-करता एकूण एकोणीस जण जमले. कामावर जाण्याआधी मजूर एकत्र जमावेत, तशी ही मंडळी रस्त्याच्या अगदी मध्यभागी जमली होती. वानरिणी, लेकुरवाळ्या, वांड पोरे, पोरी, टोळीचा

मुख्य आणि त्याच्या हाताखालचे तिघे-चौघे नर असा जमाव होता. सर्व जण एकत्र आल्यावर मुख्य नर होता तो उठून उड्या ठोकीत रस्त्यापलीकडेच्या जंगलात शिरला आणि मग सर्व जण त्याच्या मागोमाग गेली. मी पाहिलेल्या सर्व टोळींत ही एकच टोळी मोठी होती.

कोणती टोळी कोणत्या भागात आहे, हे एकमेकांना कळावे म्हणूनच बहुधा हुप्ऽ हुप्ऽ असा आवाज केला जात असावा. अगदी सकाळी-सकाळी असे साद-प्रतिसाद ठिकठिकाणी ऐकू येत. वाघ, बिबळ्यासारखे जनावर शिकारीसाठी बाहेर पडले की, त्याचा पत्ता अगदी प्रथम लागतो तो वानरांना किंवा मोरांनाच आणि हीच दोघे सर्व जंगलाला धोक्याचा इशारा देतात.

चोरखमारा रस्ता, गोल रस्ता ह्यांना जोडणारी एक पाऊण किलोमीटर लांबीची वाट होती. ह्या वाटेवर संध्याकाळी हमखास काहीना काही भेटे. कधी चितळाची मादी व लहान पोर समोरून उधळत जात आणि त्यांच्यामागे लागलेली रानकुत्री दिसत.

कधी एकुलता रानडुक्कर आपल्याच नादात, वाट हुंगीत, समोर पंधरा फुटांवर येऊन उभा राही आणि मला बघताच दचकून डोंगरावर पळे.

कधी गवे, तर कधी नीलगाई नजरेला पडत.

ह्या रस्त्यावरून येताना एकदा खालच्या नाल्यात सात वाजल्यापासून वीसएक मिनिटे अधून-मधून वानरांचा 'खकर्ऽखक्ऽ' हा इशारा मी ऐकत होतो.

दुसऱ्या दिवशी सकाळी, बिबळ्याने मारलेली चितळमादी तळ्याकाठी मिळाली.

तळ्यात रात्री दहाच्या पुढे गवे-बैलांची टक्कर जुंपली. डिरकणे, फुंफारणे आणि धडाधड् शिंगांचे आवाज ऐकू येऊ लागले; तेव्हाही काठावरच्या झाडांवरून वानरांचे इशारावजा ओरडणे ऐकू आले. मोठ्या आवाजाला वानरे घाबरत असावीत.

प्राणिसंग्रहालयातले एक माकड विजेचा अचानक कडकडाट होताच खाली पडून मेल्याचे उदाहरण आहे.

हुप्पऽ हुप्पऽ, खकर्ऽखक्ऽ ह्याशिवाय आणखीही एक आवाज वानरे करतात. अर्धवट ढेकर यावा, तसा हा आवाज असतो. तो काढून त्यांना नक्की काय व्यक्त करायचे असते, ह्याचा बोध मला झाला नाही. पण इथे वानरे आहेत, याची कल्पना नसताना ऐन दुपारच्या वेळी मी नाल्यातून चाललो होतो, तेव्हा सर्व नरांच्या टोळीपैकी काहींनी हा आवाज काढल्याचे मी ऐकले. कदाचित घुसखोराचा निषेध करण्याची ही त्यांची पद्धत असावी.

आपल्या पायाच्या तळव्यांना जसे जाड टणक कातडे असते, तसे वानरांच्या

कुल्ल्यांना असते. वानरे पाठमोरी चालू लागली की, दोन्ही कुल्ल्यांना जाड कातड्याची ही दोन ठिगळे दिसतात. ह्या देणगीमुळेच त्यांना कुठेही आरामात बूड टेकून बसता येते.

नागझिराची सर्वच वानरे ऐन उन्हाळ्यातसुद्धा मला चांगली पुष्ट दिसली. पाले, कोंभ, भेंड, याशिवाय नाना जातींची हिरवी दोडी फळे खाताना मी त्यांना पाहिले. मोहाची फळे अर्धी कच्चीच, पण तशा अर्धवट खाल्लेल्या फळांचा सडा मोहाच्या झाडाखाली पडलेला दिसे. रोहण, तोंडरी ह्या झाडांचीही अगदी लहान रसहीन फळे वानरे आनंदाने खात.

पूर्वी नागझिरा गावठाण जिथे होते, तिथे आता ओसाडी होती. गाव उठवले होते. बरेच मोठे गवती कुरण उरले होते. आजूबाजूला फॉरेस्ट गार्डांची घरे होती. या जागी आंब्यांची चार-सहा झाडे होती. त्यांना लिंबाएवढ्या कैऱ्या दिसू लागताच वानरांची झुंड त्यावर पडली. दुपारभर आंब्याच्या थंड सावलीत बसून चवीने कैऱ्या खाताना मी त्यांना काही दिवस पाहत होतो.

मी नागझिराला पोहोचलो, त्याच दिवशी संध्याकाळी तिरोडा रस्त्यावर मी वानरांची झुंड पाहिली. तिच्यातल्या तीन वानरिणींची पोटे पुढे आली होती. एक तर अगदी डेंगली होती. मोठ्या कष्टाने तिची हालचाल होत होती. इतकी की, ही बहुतेक आज रात्री किंवा दुसऱ्या दिवशी मोकळी होईल, असे वाटत होते. झाडाच्या मोठ्या बुंध्याशी ती बसून होती. तिच्या शेजारी दोन वर्षांचे तिचेच पोर होते. मला जवळ येताना बघून बाकीची आठ-दहा वानरे झाडावर गेली. पण ही एकटी होती, त्या जागीच राहिली.

पुढे दुसऱ्या-तिसऱ्या दिवशीच पोर पोटाशी धरून हिंडताना मी तिला पाहिले.

मे महिना हा वानरांची पोरे जन्माला येण्याचा महिना असावा. प्रत्येक झुंडीत तीन ते चार अगदी लहान पोरे मी पाहिली. वानरांची पोरे वर्षाची झाली तरी आईला पितात, असे दिसते. चांगली वयाने मोठी वाढलेली पोरे धावत येऊन आईच्या छातीला चिकटत आणि तीही राग न करता त्याला पोटाशी धरे. वयाने साडेतीन वर्षांची झाली की, वानरीण फळते आणि पुढे दर दोन वर्षांनी तिला लेकरू होते.

गावात, गावाच्या आसपास आढळणारी वानरे आणि रानातील वानरे यांच्यात पुष्कळ फरक आहे. जंगलातील वानरे माणसाच्या वाऱ्याला ठरत नाहीत, कारण काही वन्य जमाती त्यांची शिकार करतात. जंगलात धोका सतत असतो. बिबळ्या, रानकुत्री यांच्याकडूनही वानरांची मोठ्या प्रमाणात शिकार होते, त्यामुळे

ती फार सावध असतात. संरक्षण हवे, म्हणून ती टोळीने राहतात आणि किरकोळ कुरबुरी सोडल्या, तर त्यांचे सामुदायिक जीवन शांततापूर्ण असते.

तीन मेपासून पंचवीस मेपर्यंत मी नागझिरा अभयारण्यात होतो. रोज सकाळ-संध्याकाळ जंगलातून पायी हिंडत होतो. एकही दिवस असा गेला नाही की, मला वानरे आढळली नाहीत. चोवीस तारखेला आदल्या रात्री, त्यांना दिसलेला बिबळ्या मला दाखवावा म्हणून वन-अधिकारी मला सोबत घेऊन जीपमधून हिंडत असताना, पिटझरी रस्त्याच्या बाजूला एका लहानशा बांबूच्या बेटाशेजारी, वानराचे लहान पोर दिसले. आठवड्याचेसुद्धा नसेल. त्याची आई आणि दुसरी वानरीण मारामारी करीत जंगलात गेल्या होत्या. कदाचित आपल्या रणधुमाळीत पोराला काही होऊ नये, म्हणून आईने त्याला तिथे ठेवले होते का, मारामारी चालू होताच आईचे पोट सोडून पोरच निसटले होते, कोण जाणे. सहज गंमत म्हणून जीपमधल्या लहान मुलाला कुणी तरी म्हणाले, "तुला दोस्त हवा का?"

पोर म्हणाले, "हवा."

गाडी थांबवून पांडे नावाचे चपळ गृहस्थ उतरले. ते वितीएवढे पोर; धावून-धावून किती धावणार? सहज सापडेल, म्हणून त्यांनी झेप घेतली. पण काळेबेंद्रे, वातीसारखे ते पोर चिर्रऽ चिर्रऽ ओरडत, चारी पायांवर पळाले आणि बांबूच्या बेटात शिरले. पांडे वाकले आणि बेटात हात घालून पकडू लागले; पण पोर नेमक्या मधल्या बांबूवर सरसर चढून पार वर गेले, पंधरा-वीस फुटांवर जाऊन हिरव्या बांबूला लटकून बसले.

खालून वर बघत हातवारे करत पांडे म्हणत होते, "अरे बेटा, तुला काय मारत नाही; चांगले खाऊपिऊ घालू; बंगल्यात ठेवू. ये."

पोर सुरकुतल्या चेहऱ्याची जिवणी रुंद फाकून आकांताने चिर्रऽ चिर्रऽ ओरडत होते.

माणूस हाच वन्य पशू-पक्ष्यांचा सर्वांत जास्ती धोकादायक शत्रू आहे, हे त्याला ठाऊक नव्हते; पण संकटकाळी स्वत:चे संरक्षण कसे करायचे, हे वयाच्या पहिल्या आठवड्यातच त्याला माहीत होते.

■

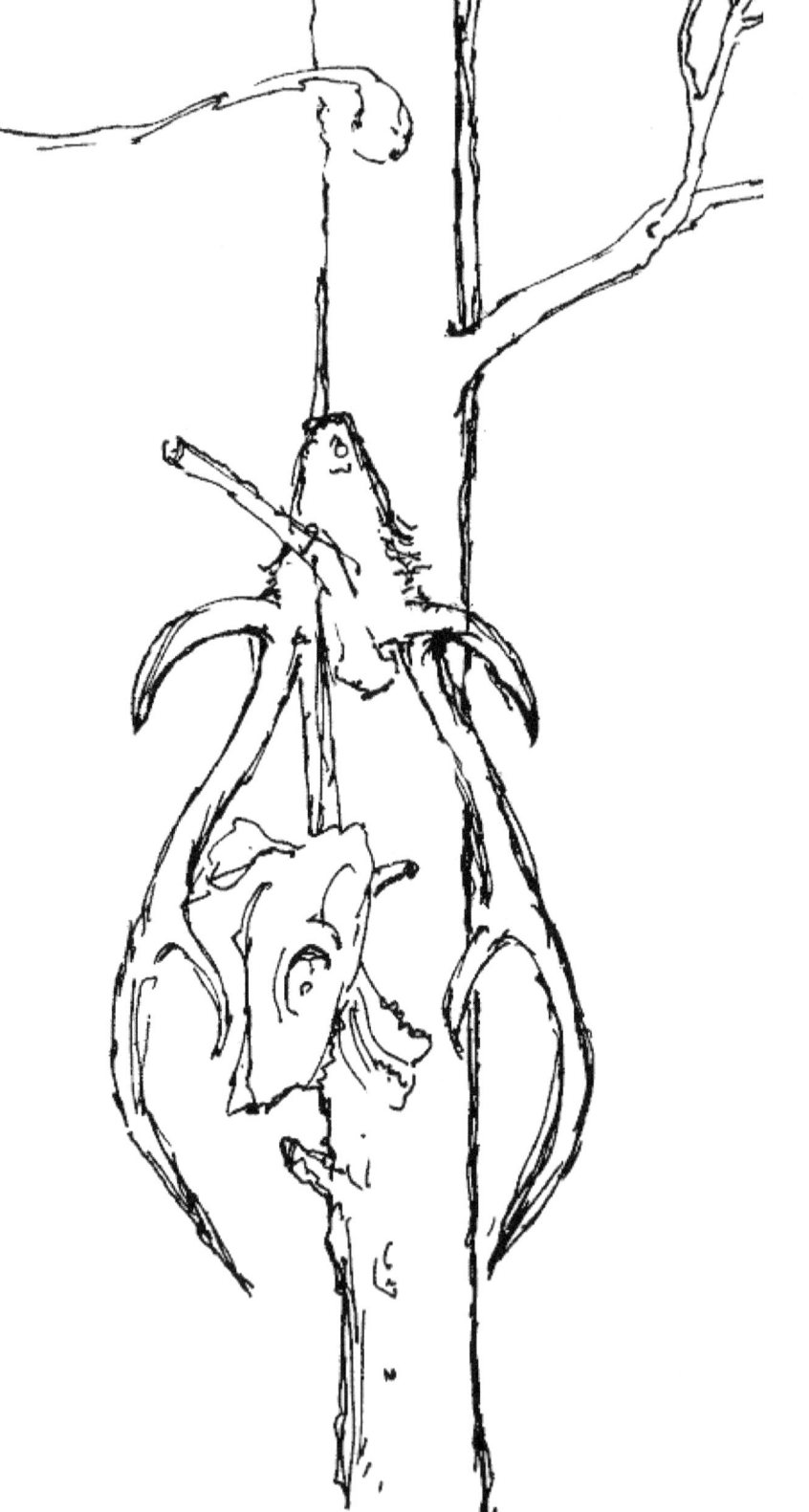

| मरण |

'चारा खाऊन जगणारे प्राणी हे क्रूर पशूंचे अन्न आहे. हात असणारे हात नसणाऱ्यांना खातात. शूर प्राण्यांचे अन्न भित्रे प्राणी असतात', असे मनुस्मृती सांगते.

नागझिरा तलावाकाठच्या माझ्या एकवीस दिवसांच्या मुक्कामात एक गवा, एक कांचनमृगी, एक मोठा वराह आणि एक राजहंस ह्यांची मरणे मी पाहिली. ऐन मे महिन्यात, बारा-तेरा उष्णतामान असणारा प्राणी, पशू, पाखरे ज्या वेगाने जंगलात येत आणि ज्या पद्धतीने तलाव्यातील पाण्यावर पडत; ते पाहून पाण्याला 'जीवन' का म्हणतात, हे मला कळले. हे चार प्राणी कसे गेले, हे पाहिल्यावर मला मरण थोडेफार दिसले.

हा काळ्या रंगाचा पुष्ट गवा इथल्या लोकांनी लंगडताना पाहिला होता. तळ्याच्या आसमंतात तो दृष्टीला पडत असे. तो थोडा चालून जाई आणि मटकन खाली बसे. ह्या सर्व जंगलात गव्यांचे जे चार कळप मला पुढे वरचेवर आढळले, त्यांपैकीच कोणत्या तरी कळपातून हा आपणहून वेगळा झाला होता. आपण आता थोड्या दिवसांचे सोबती आहोत, हे त्याला कळले असावे. उपजत बुद्धीनेच तो आपल्या भाईबंदकीतून बाजूला झाला असावा.

सात मेच्या सकाळी माणसे सांगत आली की, रानहल्या मरून पडला आहे.

तलावाच्या दक्षिण बाजूला थोडे चालून गेलो, अजून धुळीने भरलेल्या रस्त्यावरच होतो; तोवर कुजल्या मांसाचा वास आला. डाव्या बाजूला टेकडी होती. अडचण चढून, झाडझाडोरा-गवत ह्यातून वाट काढत गेल्यावर पन्नासएक यार्डांवर, एका कोरड्या ओघळीत ते रानचे वैभव अचेतन होऊन पडलेले दिसले. दरड उतरताना तो उजव्या अंगावर कोसळला होता. पाठ आमच्याकडे होती. डावा फरा, पाय अधांतरी होता. मान मुरगळलेली होती. निळ्या मोठ्या

माश्या घोंगावत होत्या. काळ्या रंगावरून दिसतच होते की, हा तरणा खोंड नव्हता; पूर्ण वाढलेला होता. वजन बाराशे ते पंधराशे पौंडांपर्यंत असावे. लांबी दहा फूट नऊ इंच होती आणि उंची सहा फूट एक इंच. काही दिवस आजारी असूनही हा रोड झालेला दिसला नाही.

तान्सू मेश्राम म्हणाला, ''हा सड रोगाने मेला.''

म्हणजे कोणता रोग, तो का होतो, हे मला कळले नाही. सुट्टीच्या दिवशी आसपासच्या गावांतील लोक बैलबंडी घेऊन सहलीला येत. त्यांचे बंडीचे बैल तलावातील हिरव्या गवतात चरताना बघूनच मला वाटले होते की, हे जर काही आजाराचे बीज ह्या गवतावर ठेवून गेले; तर रात्री ह्याच ठिकाणी पाण्यावर आणि चाऱ्यावर येणाऱ्या गव्यांना, सांबरांना, नीलगाईंना, कांचनमृगांना धोका होत असणार. माझा हा आपला संशय होता; त्याला आधार काही नाही.

काल दिवस मावळल्यावर केव्हा तरी गवा कोसळला असावा. पण आश्चर्याची गोष्ट म्हणजे तरस, कोल्हे ह्या मंडळींना वर्दी मिळालेली दिसली नाही. एवढ्या रात्रीतून त्यांनी काही भाग नक्कीच उडवला असता. फार अडचणीच्या जागी नव्हता; तरी घारी, गिधाडे, कावळे ह्यांपैकी कोणी दिसले नाही. पिकावर डी.डी.टी. फवारण्याचा उपक्रम सुरू झाल्यामुळे पशूंच्या (माणसांच्याही) अंगात डी.डी.टी. साठू लागली आणि मेलेले पशू भक्षण केल्यामुळे ही पाखरे कमी-कमी होत गेली, म्हणे.

फॉरेस्ट गार्डच्या म्हणण्यानुसार, आता एक तर हे मरण नोंदवले पाहिजे. शेजारच्या गावाहून कातडे काढण्याचे काम करणारे लोक बोलावून आणले पाहिजेत आणि कातडे व शिंगासकट डोके ट्रॅक्टरवर लादून भंडाऱ्याला वन खात्याच्या कचेरीत धाडले पाहिजे. ही सगळी कायद्यानुसार करण्याची गोष्ट असल्यामुळे माझा थोडासा हिरमोड झाला. रात्रभर माणसाने बसण्यासाठी जागा फार अडचणीची होती. जवळपास मचाण करण्यासारखे झाड नव्हते, तरीसुद्धा रात्री काही वेळ इथे बसावे आणि कोणकोणती जनावरे येतात ते पाहावे, असे मला वाटत होते. रानडुकरेही वेळप्रसंगी मेलेल्या गुरावर येतात असे ऐकले होते, त्याचा पडताळा घ्यायचा होता. शिवाय आहेत आहेत म्हणतात, ती रानकुत्री आतापर्यंत तरी दृष्टीला पडली नव्हती.

माझ्या ह्या बेताला कोणी टेकू दिला नाही. तिसऱ्या प्रहरी केव्हा तरी कातडी काढणारे दोन लोक आले. त्यांनी गव्याचे कातडे, शिंगासह डोके काढले आणि ते सर्व ओझे घेऊन वन खात्याच्या भंडारा येथील कचेरीकडे रवाना झाले. तिथल्या गुरांच्या डॉक्टरांकडे चिठ्ठी पाठविली होता. त्यांनी 'अँथ्रॅक्स' (म्हणजेच

'सड') रोगाने गवा मेला, असे कळवले.

मग, अगदी सकाळी बातमी कळली की, बिबळ्याने चितळ मारले आहे. ही जागा माझ्या राहत्या ठिकाणासमोर तलावाच्या पलीकडे होती. तलावाला वळसा घालून पलीकडे गेलो; तर अगदी पाण्याकाठीच गवतात चितळ पडले होते. ही कांचनमृगाची मादी होती. वय दोन वर्षांचे असावे. पहाटे तळ्यावरून पाणी पिऊन जाताना ही मारली गेली असावी. पोटाचा बराच भाग खाल्लेला होता. काळीज अर्धेअधिक खाल्लेले होते. फुप्फुस संपूर्ण तसेच होते. मादी लांबीने त्रेसष्ट इंच होती, उंचीने बत्तीस इंच, वजन पस्तीस किलो. एकूण, थोडाच भाग खाल्ला होता. शिवाय पोटला शेजारीच होता, लांब काढून टाकला नव्हता.

हे काम बिबळ्याचे का रानकुत्र्याचे; ह्याविषयी माझ्या मनात संभ्रम निर्माण झाला. बिबळ्याने मारले म्हणावे, तर –

(१) सर्व प्रथम काळीज, फुप्फुस सर्व खाऊन टाकायला हवे होते.

(२) पोटला काढून चार-पाच फुटांवर टाकायला हवा होता.

(३) परत जाताना चितळ ओढून नेऊन, अडचणीत झाकून टाकायला हवे होते.

ह्या संदर्भात, जॉर्ज शेल्लरने केलेला आणि नोंदलेला प्रयोग इथे सांगवासा वाटतो.

मध्य प्रदेशातील कान्हा-किसली ह्या अभयारण्यात वाघांचा अभ्यास करण्यासाठी तो चौदा महिने राहिला होता. जुलै महिन्याच्या नऊ तारखेला, शेल्लर राहिला होता त्या निवासानजीकच्या छपरात शिरून बिबळ्याने तीस पौंड वजनाचे कोकरू रात्री कधी तरी पळवले. शेळीला धक्का लावला नाही. बिबळ्या भक्ष्य कसे मारतो, कसे आणि किती खातो; हे पाहायला मिळावे, म्हणून दुसऱ्या दिवशी संध्याकाळी शेल्लरने ही शेळी, आपल्या झोपण्याच्या जागेपासून पस्तीस फूट दूर असलेल्या झाडाला बांधून ठेवली. रात्री दहा वाजून पंचावन्न मिनिटांनी गळा धरलेल्या शेळीचा आवाज आणि धडपड ऐकू आली. बॅटरीचा झोत टाकून पाहताच दिसलं की, शेळी एका अंगावर पडली आहे, बिबळ्या तिच्या पलीकडे बूड टेकवून बसला आहे. हा मध्यम आकाराचा आणि अदमासे शंभर पौंड वजनाचा होता. त्यानं शेळीचा गळा दातांच्या पकडीत गच्च धरलेला होता. शेळी पाय झटकत होती. तिच्या पाठीची धनकुली वळत होती. बिबळ्या तीन वेळा खाली दबला. हिसडा देऊन त्यानं दातांची पकड नीट केली आणि पुन्हा

बसला. पाच मिनिटांनी शेळीचा प्राण गेला. पुढे पाच मिनिटे बिबळ्या तसाच गळा धरून होता. पुढची तीस मिनिटं त्यानं शेळी ओढून नेण्याचा प्रयत्न केला. बरीच ओढाओढ केली. पण मी शेळी पक्की बांधली होती. त्यामुळे त्याला ती ओढून नेता आली नाही. शेवटी नरड्याचे रक्त दोनदा चाटून त्याने खायला सुरुवात केली. बिबळ्याची खाण्याची पद्धत ठरलेली आहे. वाघ प्रथम फरा खातो, तर हा छातीच्या फासळ्या आणि कमरेचे हाड यांच्यामध्ये खायला सुरुवात करतो. दातांनी चावा घ्यावा, ओढावे, स्नायूंचे तुकडे फाडून काढावेत – असे करता-करता बरेच मोठे भोक त्याने शेळीच्या शरीराला पाडले. कलेजीचा तुकडा काढून खाल्ला. पोटला, आतडी ओढून काढून पाच फूट दूर टाकली; खाल्ली नाहीत. एक वाजता शेळीपासून पंचवीस फुटांवर जाऊन त्याने तासभर विश्रांती घेतली आणि पुन्हा येऊन, पंधरा मिनिटे खाऊन दिसेनासा झाला. साडेतीन वाजता पुन्हा आला. दहा मिनिटे थोडं खाल्लं, चार वाजता गेला. गपुरा, मूत्रपिंड, कलेजी हा भाग त्याने संपूर्ण खाल्ला होता. एक फुप्फुसही खाल्लं होतं; मांडीच्या आतल्या भागाचे मांस, फासळ्या आणि कंबर ह्यामधलं मांसही खाल्लं होतं. ह्या पहिल्या रात्री तो एकूण साठ मिनिटं खात होता आणि एकूण सतरा पौंड मांस त्यानं खाल्लं होतं.

एकूण चार रात्री तो आला. एकूण एकशे पंच्याऐंशी मिनिटे त्याने खाल्ले आणि बहात्तर पौंड वजनाच्या शेळीपैकी, सोळा पौंड पोटला आणि आतडी, सोळा पौंड डोकं, हाड आणि इतर काही भाग वजा करून चोपन्न टक्के शेळी खाल्ली; म्हणजे एकूण चाळीस पौंड मांस. शेल्लरने दिलेली ही माहिती.

आता ही कांचनमृगी रानकुत्र्यांनी मारली म्हणावे; तर पोटला, आतडी शिल्लक राहिली नसती. रानकुत्री तीही खाऊन टाकतात. त्यांना कसलाच विधिनिषेध नसतो.

बिबळ्याच असावा, ह्याला आणखी एक पुरावा असा की, रात्री तळ्याच्या ह्या बाजूला हिंडताना श्री. जोशी आणि गाडे ह्या दोघा वनाधिकाऱ्यांनी आदल्या रात्री दोन बिबळे ह्या जागी पाहिलेले होते.

तान्सू मेश्राम हा अनुभवी रानकाढ्या मला म्हणाला, "मी पहाटे चार वाजता गडबड ऐकली. मृगी बिबळ्यानेच मारली, पण त्याला तितकासा अनुभव नसावा. बिबळ्या ह्या कामी नवखा असावा."

माझा संभ्रम शेवटपर्यंत कायम राहिला. तपासणी झाल्यावर लोकांनी चितळ लगोलग उचलले. माझ्या निवासापलीकडेच, जमिनीवर डहाळे अंथरूण त्यावर टाकले आणि चिराचिरी चालू केली.

मृगी थोडीशीच खाल्ली होती; म्हणजे ती रानकुत्री किंवा बिबळ्या ज्या कोणीही

शिकार मारली, तो पुन्हा आज काही तरी मारणारच. तेव्हा शिकार उचलून नेण्याऐवजी तिथेच राहू दिली असती तर बरे होते. पण जंगलातली माणसे सदा भुकेलेलीच असतात. रानकुत्री काय किंवा बिबळ्या काय, कोणाच्याही तोंडचा घास काढून आपले पोट भरण्याकडे त्यांचा ओढा असतो.

प्रागैतिहास काळातली माणसंसुद्धा अशीच करत नव्हती का? हिंस्र पशूने मारलेली शिकारच ती माणसे बळकावीत. आरडाओरडा करून, थोडे धोंडे फेकून ती शिकारी पशूला धुडकावून लावीत.

रात्री मी पुन्हा साडेआठच्या सुमारास तळ्यापलीकडे कांचनमृग कोकताना ऐकले. बहुधा त्यांनी बिबळ्या पाहिला असावा, कारण रानकुत्री रात्री शिकार करीत नाहीत, म्हणे. सकाळी किंवा संध्याकाळीच करतात.

मृगीचे पोट अनायसे हाती आले होते. मे महिन्यात ह्या जातीचे खाणे काय असते, हे पाहण्यासाठी चारवट काढून तपासले; तर त्यात गवत, पाने तर आढळलीच, पण मोहाची फुले, चारोळीच्या बिया, तेंडूची फळेही आढळली.

बावीस मे ह्या दिवशी सकाळी जयराम चौकीदार मला सांगत आला, ''साहेब, रानकुत्र्यांनी डुक्कर मारलाय. बघायला चला.''

तळ्याच्या बंधाऱ्यापलीकडे जो नाला होता, तो ओलांडून जनावरे पाण्यावर जाता-येता जी वाट पडली होती, त्या वाटेने गेलो. इथे पुन्हा कोरडा ठणठणीत असा नाला होता. ह्या नाल्यात मोठमोठ्या दगडांत भला मोठा वराह आडवा पडला होता.

ह्यालाही पोटाच्या बाजूनेच खाल्ले होते. पोटला, आतडी कुठे दिसली नाहीत. कलेजीचा एक तुकडा सात फुटांवर आढळला. फुप्फुस दहा फुटांवर ओढून नेलेले दिसले. निळ्या माश्या घोंगावत होत्या, पण वास नव्हता.

दोन नर, एक मादी आणि पाच महिने वयाची सहा पोरे जंगलात वारंवार दिसत होती. ह्या तिघा जणांनीच हा वराह मारला असावा. कलेजी आणि फुप्फुस ओढून नेण्याचा खटाटोप पोरांचा असावा.

नागझिरा अभयारण्यापासून बारा मैलांवरच्या मसवानी गावचा कोणी केवलराम नावाचा मजूर तेंडूची पाने गोळा करण्यासाठी नाल्याकाठी हिंडत असताना त्याच्या नजरेला हा मृत वराह पडलेला होता, म्हणे.

मी केवलरामला विचारले, ''तू डुक्कर पाहिलास तेव्हा कुत्री होती का?''

''जी, हो!''

"किती होती?"

"भली खंडीभर होती, सर!"

"सगळी मोठी होती का?"

"लहान-मोठी, दोन्हीही होती, सर!"

याचा उघड अर्थ होता की, केवलरामने बारकाईने काही पाहिले नव्हते; डुक्कर कुत्र्यांनीच मारला होता.

ही मंडळी अजून आसपास जाळीत लक्ष ठेवून बसलेली असणार, म्हणून नाल्यात उतरलो. आठ एक फूट रुंदीचे दगडांनी भरलेले पात्र पार केले. आणि दरड चढून पलीकडे गेलो. वीसएक फुटांवर पुन्हा थोडा सपाट नाला, झाडे-झुडपे, गवत, वेली होत्या. त्यात उतरताच कुत्र्यांचा रागीट गुरगुराट ऐकू आला आणि समोरच्या जाळीतून तांबड्या रंगाची, झुपकेदार लांब शेपट्या असलेली दोन कुत्री वर पळाली. पाठोपाठ सहा पिल्लेही दिसली. दाट झुडपात दिसेनाशी झाली.

पाण्याकाठची मृगी कोणी मारली, हा जसा संभ्रम राहिला, तसा आता राहिला नाही. कुत्र्यांनीच डुक्कर मारला होता.

पुन्हा परत येऊन नाल्यात उतरलो आणि अधिक चौकशीला लागलो.

डुकराची लांबी पाच फूट दोन इंच होती आणि उंची साडेएकतीस इंच. पाठीवरचे केस साफ भादरलेले दिसले. मानेपासून शेपटापर्यंत तेहतीस इंच लांब आणि साडेआठ इंच रुंद असा हा भादरलेला पट्टा होता. हा कशाचा? राडीत लोळून अंगावर मातीचा लेप बसवून घेऊन, कृमिकीटकांना पाठीवरून झिंझाडून टाकण्यासाठी डुकरानेच वारंवार झाडाच्या कठीण खोडाला पाठ घासून हे जाड आणि ताठ केसांचे जंगल साफ केले असले पाहिजे. गळ्याला लठ्ठ वळ्या होत्या. तिथे उजव्या पायाच्या वर एक लिंबाएवढा खळगा होता. ही बहुधा बंदुकीतल्या गोळीची निशाणी असावी.

आमची ही मोजमापे चालू आहेत, तोवर गिधाडे उतरावीत, तशी सात-आठ माणसे कुठून तरी येऊन दाखल झाली. आज चांगले चमचमीत कोरड्यास खायला मिळणार, हा भाव त्यांच्या चेहऱ्यावर दिसत होता. आम्ही मापे घेण्यात फालतू वेळ दवडत आहोत; जसजसा जास्त वेळ जाईल, तसा ह्या उन्हाळ्याच्या दिवसांत डुक्कर बिघडत जाईल, म्हणून त्यांचा जीव वर-खाली होत होता.

तान्सू एकवार मला म्हणाला होता, ते खोटे नव्हते. तो चांदण्या रात्री राहत्या

खाटल्याशेजारी, गवतात सतरंजी टाकून पडला असताना म्हणाला होता,

"साहेब, आम्ही लोक राक्षस वंशाचे. दिसेल ती वस्तू गिळण्याकडं आमचं आधी ध्यान जातं."

हा डुक्कर असाच इथेच टकावा आणि रानकुत्री किती आहेत, ती किती आणि कशी खातात, याची चौकशी करण्यासाठी आडोशाला बसावे, असा विचार आम्ही बोलून दाखवताच मंडळीचे चेहरे पडले. नाल्याच्या कडेशी, इथे तिथे दगड बघून टेकलेली मंडळी एक-एक उठून जाऊ लागली.

वजन करण्यासाठी डुक्कर तोडणे आवश्यक होते. आमच्या सोबत सदैव राहणारा म्हातारा कटू तेवढा मदतीस तयार झाला; पण झाडावर चालणारी त्याची डहाळे कुऱ्हाड डुकराच्या चिवट कातडीवर अजिबात चालेना. घावावर घाव घातले आणि रबरावर मारल्याप्रमाणे कुऱ्हाड उलटून वर येऊ लागली, तेव्हा हतबुद्ध होऊन, कुऱ्हाडीचा माथा डुकरावर टेकवून तो पुशीत उभा राहिला.

डुक्कर खायला मिळणार नाही, म्हणून नाराज झालेल्या मंडळींपैकी काही अजून उकिडवी बसून मजा बघत होती. ती खॅऽ खॅऽ हसू लागली. ही सगळी जंगलातल्या ह्या ना त्या कामावर रोजगाराने आलेली परगावची मंडळी होती. जंगल खात्याचा त्यात कोणी नसावा. कटूला डुक्कर तोडण्यासाठी मदत करायला कोणी पुढे येईना.

शेवटी आम्ही अशी घोषणा केली की, कुत्र्यांसाठी एखादा भाग ठेवून बाकी डुक्कर लोकांनी न्यावा. ही घोषणा होताच तत्काळ उत्साहानं काही लोक पुढे सरसावले. हाका, आरोळ्या झाल्या. पांगलेले लोकही आले. कोणी जवान पोरगा आपला परशू परजीत आला आणि बाभळीची गाठ फोडावी, तसा डुकराच्या मानेवर दणके हाणू लागला. दणादण असे काही घाव झेलल्यावर डुकराच्या काळ्या कातडीवर पांढरी गुलाबी रेघ उमटली. ती धरून पोरगा नेटाने घाव घालत राहिला.

प्रथम मुंडके, मग पुढचा एक-एक असे दोन्ही फरे, फासळ्या, मागचे फरे, फासळ्या – असा डुक्कर वेगळा होताच आम्ही दहा किलोच्या काट्याने वजने केली. तर, खाल्लेला भाग वजा जाता सत्याहत्तर किलो (माझे वजन आज सदुसष्ट किलो आहे.) भरले!

मग मागचा एक मोठा फरा आणि फासळ्या एवढ्या भाग होता त्या ठिकाणी राहू देऊन, बाकीचा डुक्कर लोकांनी डोक्या-खांद्यावर चढवला आणि हर्षभरित असे एकामागोमाग एक दरड चढून जंगलात दिसेनासे झाले.

नाल्याची दरड भली बारा-पंधरा फूट उंच होती. एवढ्या उंचीवरून डुक्कर खाली, पाषाणात कोसळला होता. केवळ तीन कुत्र्यांनी केलेली ही शिकार बघून मी विस्मयचकित झालो. एवढे बळकट आणि प्रचंड जनावर ह्या एवढ्याशा कुत्र्यांनी कोणती युद्धनीती वापरून गारद केले असेल? त्यांच्या शौर्याची आणि रणकौशल्याची तारीफ करावी, तेवढी थोडीच.

एका कुत्र्याला साधारणत: दोन पौंड मास पुरे व्हावे, असा हिशेब करून आम्ही एकूण बावीस किलो डुक्कर मारल्याजागी ठेवला आणि नाल्याच्या उंच काठावर एक भले मोठे उंच वारूळ होते, त्याच्या आडोशाला पालापाचोळा साफ करून बसलो. मारुतराव चितमपल्लींना फोटो मिळवायचा होता.

झाडांच्या गर्दीत ट्रीपाय पाखरे किंचाळत होती. मांसाचा पत्ता सगळ्यात आधी

त्यांना लागला. सावधपणे ती डहाळ्या उतरू लागली. एक-दोन-तीन करता करता चार-पाच पाखरे जमा झाली आणि खाली झेपावत चक्क डुक्कर खाऊ लागली.

उन्ह भलतेच तापले होते. आम्ही आडोसा-सावली केली नव्हती, कारण तेवढा वेळ नव्हता. उन्हाचा सणका फार जाणवू लगला. ट्रीपाय पाखरे सोडल्यास डुकरावर कोणीही आले नाही. येताना पाणी आणले नव्हते. भूक बोलू लागली, तेव्हा हिरमुसले होऊन आम्ही परत मुक्कामावर आलो. कुत्री आली नाहीत; आमच्यावर डोळा ठेवून ती आसपास जाळीत दडून बसलेली असणार.

दुपारी साडेचार वाजता जाऊन पाहिले. डुक्कर होते तसेच होते; पण पलीकडे झुडुपाआड कुत्री दिसली. आम्हाला बघून त्यांनी पुन्हा गुरगुराट केला. दुसऱ्या दिवशी सकाळी मात्र दहा वाजता काही मांस शिल्लक नव्हते. ठेवल्या जागेपासून दीडशे फुटांवर फासळ्यांचा सांगाडा तेवढा दिसला. बावीस किलोंपैकी पाचशे ग्रॅम हाडे तेवढी शिल्लक राहिली होती. फासळ्यांशी कुत्र्याची पोरे खेळली असावीत.

कुत्री कुठे दिसतात का, म्हणून नाल्यानाल्याने खाली गेलो. इथे एका झाडाच्या बुंध्यातून निघालेल्या मुळ्याच्या पसाऱ्यामुळे खोलगट, ओलसर झरा होता. पाणी सुकले होते. त्यात काही खाणारी घोरपड दिसली. माझी चाहूल लागताच ती मुळ्यांखाली बिळात शिरली. कुत्र्याच्या विष्ठेत घोरपडीच्या कातडीचा तुकडा मिळाला होता. तेव्हा कधी कधी रानकुत्री ह्या घोरपडीचाही फराळ करीत असावीत, हा अंदाज बळकट झाला. थोडा पुढे जाऊन मी नाल्याच्या दगडावर असलेल्या एका मोठ्या वृक्षाच्या बुंध्याआड दडून पाहत राहिलो. इथे भपकन वास आला. तो बिबळ्याच्या मूत्राचा होता. कधी तरी इथे उभा राहून त्याने तुरतुरी बुंध्यावर सोडली असली पाहिजे. हा वास बराच काळ राहतो.

काही वेळ मी खोडाला चिकटून होतो. उकाडा प्रचंड होता. उन्हाने तापलेली कुत्र्याची सहाही पोरे दुडदुडत आली होती आणि माझ्यासमोर साठ-सत्तर फुटांवर नाल्याच्या गार दरडीला चिकटून घोळामेळाने फतकन बसली. बसली तीसुद्धा एकमेकांच्या अंगावर पडल्यासारखी. जिभा तोंडाबाहेर लोंबत होत्या. भरपेट डुक्कर हाणल्यामुळे पोटे लोंबत होती. डोळ्याला दुर्बीण लावून मी पाहत होतो. तेवढ्यात गुलाबदाणीतून गुलाबपाण्याचा शिडकावा व्हावा, अशी पावसाची एक मजेशीर सरही येऊन गेली.

मागोमाग स्तने लोंबणारी पोरांची आई आली. कान उभे, जीभ बाहेर.

पोरांच्या मागे सहा-सात फुटांवर तीही गार मातीला लवंडली. मग नर आला. कान उभारून तो सावधपणे चौफेर बघत होता. पोरे आणि त्यांची आई होती, तिथे तो बसला नाही. दरड चढून वर गेला. त्याच्याकडे टेहळणीवर राहून पोरांचे रक्षण करण्याचे काम असावे. दुसरा नर मात्र कुठे दिसला नाही. कदाचित तो पलीकडच्या उमाठ्यावर राहून लक्ष ठेवीत असावा. मारुतराव चितमपल्लींच्या कॅमेऱ्यातली फिल्म संपली, पुन्हा ती भरताना चाहूल लागून पोरे, आई पसार झाली.

मी राहत होतो, त्या तळ्यात पाणपाखरे फारशी नव्हती. तळ्यात पाणकणसे, लव्हाळी अशा वनस्पती नव्हत्या. अगदी पाण्याच्या काठाशी झाडझाडोराही नव्हता. भल्या मोठ्या वाड्यात दोनच माणसे असावीत, तसे पांढरे-काळे दोन करकोचे तेवढे दिसत. शिवाय सात-आठ गायबगळे होते. तळेगावकर हे एवढेच. ही उणीव भरून काढण्यासाठी की काय, कोण जाणे, वन खात्याने राजहंसांच्या तीन जोड्या तळ्यात आणून सोडल्या होत्या. दिवसभर एकमेकाच्या संगतीने ही पाखरे पाण्यात पोहत असत. एरवी, तळ्याच्या काठी हिरवळीवर उभी राहून पंख वाळवताना, साफ करताना दिसत. अंधार पडल्यावर तळ्यातल्या पाण्यावर कोणी जनावर आले की, मोठमोठ्याने कोकलत. त्यांचे ते ओरडणे केवढे तरी मोठे वाटे. ही सहा पाखरे म्हणजे तळ्याचा आवाज होता.

तेरा तारखेला संध्याकाळी साडेपाचच्या सुमारास मी माझ्या निवासापुढे, हिरवळीवर खुर्ची टाकून निवांत बसलो होतो. तर डावीकडे, पार पलीकडे, जयराम चौकीदार कपाळावर हात ठेवून शोधक नजरेने तळे धुंडाळताना दिसला. जयरामची नजर फार बारीक होती. आवारातली लहान-सहान वस्तू नाहीशी झाली, तरी ते त्याच्या नजरेतून सुटत नसे. उन्हात हाडकण्यासाठी बरेच दिवस माझ्या खोलीबाहेरच्या झाडाच्या खोडावर टांगलेली चितळनराची शिंगे आणि जबड्याची हाडे एके दिवशी आत आणून ठेवली. वाटले, कोणी नेईल. तर, काही मिनिटांनीच जयराम माझ्याकडे येऊन म्हणाला, ''साहेब, झाडावर शिंगोटी दिसत नाही.''

''आणून आत ठेवली. का रे?''

''मग असू द्या. मला वाटलं, येणाऱ्या-जाणाऱ्यांपैकी कोणा कामगारानं लांबवली.''

जराशाने हातात पांढरे पांढरे असे काही लोंबते घेऊन कॅन्टीनवाल्याच्या शेडकडे जाताना मी त्याला पाहिले. त्याच्या हातात काय आहे, त्याचा अंदाज आला नाही. लांब होता, तरी ओरडून विचारले, ''काय, रे जयराम?''

तो तिकडून ओरडला, "ही बदक मेली, जी."

"कशानं रे?"

"काही की, जी!"

मरण ही घटना इथे नित्याचीच होती. सृष्टीचा नियम म्हणूनच तिचा स्वीकार होत होता.

सहा राजहंसांपैकी एकाचा आवाज कमी झाला. पाचच पाखरे तळ्यातून हिंडताना, काठावर पंख साफ करताना दिसू लागली.

'वॉल्डन'मध्ये थोरोने म्हटले आहे, "निसर्ग हा जीवनशक्तीने इतका समृद्ध आहे की, त्यात असंख्य जीवांचे बलिदान होऊन, त्यांना एकमेकांना खाऊन टाकण्याची मुभा मिळते; हे पाहून मला आनंद वाटतो. सुकुमार शरीराच्या प्राण्यांना गिराप्रमाणे गट्ट गिळून किंवा चेचून, शांतपणे त्यांचे अस्तित्व पार पुसून टाकण्यात येते. बेडकांना करकोचे गिळतात आणि कासवे व बेडूक ह्यांचा रस्त्यावरून जाताना गाडीखाली सापडून चेंदामेंदा होतो. कधी कधी तर जणू रक्तमांसाचा वर्षावच होतो. अपघाताची शक्यता ध्यानी घेतली, तर त्या मरणाचे महत्त्व किती अल्प आहे, हे यावरून सहज कळून येते. विवेकी माणसांच्या मनावर ह्याचा जो ठसा उमटतो, तो विश्वातल्या निरागसपणाचाच असतो."

– पण ह्या निरागसपणाचे दर्शन होण्यासाठी थोरोची प्रज्ञा आपण कोठून आणावी?

■

| रानकुत्री |

नागझिरा अरण्यात एकूण वन्य प्राणी किती आहेत, ही शिरगणती करण्यासाठी वनाधिकारी पुण्याहून आले होते. त्यांच्या जीपमधून फेरफटका मारण्यासाठी १६ मे रोजी संध्याकाळी साडेपाच वाजता बाहेर पडलो, तेव्हा तिरोडा रस्त्यावर रानकुत्री मी प्रथम पाहिली.

डाव्या हाताच्या टेकडीकडून प्रथम एक नर रस्ता ओलांडून गेला. रंग तांबडा होता. शेपटाचा झुपका काळसर होता. कान उभे आणि डोके खाली घालून तो गेला. त्याची एकूण हालचाल अशी होती की, मागे आणखी कुत्री असावीत.

आम्ही वेग कमी केला, तेव्हा मागून मादी आली आणि तिने रस्ता ओलांडल्यावर मागून एकामागे एक अशी सहा पिले रस्ता ओलांडून गेली. एकूण पाच मोठी कुत्री आणि सहा पिले असा हा कळप आहे, अशी बातमी होतीच. पिले सांभाळण्यासाठी कळप फुटून लहान झाला असावा. ही पिले डिसेंबरात जन्मली असावीत. पाच महिन्यांची होती. गावठी कुत्र्यांच्याच रंगावाणाची ही सगळी प्रजा होती. थोडा वेगळेपणा होता; तो मोठ्या कानांत, मागे लोंबणाऱ्या झुपकेदार सोग्यात आणि एकूण बेरकेपणात. सतत खाली मान घालून आणि कान उभारून चालण्याच्या त्यांच्या ठेवणीवरून ही कुणाच्या तरी मागे आहेत, हे कळते आणि ते कुणी तरी म्हणजे, चितळाचे पिलू, आजारी सांबर, डुक्कर, वानर, काहीही. एकजुटीनं, डावपेचाचा वापर करून केवढेही मोठे जनावर ही कुत्री खाली पाडतात.

ॲन्डरसनने (१९५४) आपण प्रत्यक्ष पाहिलेला एक प्रसंग दिला आहे :

'.... कुत्र्यांनी वाघिणीला घेरले. ती संतापाने गुरकावत होती. कुत्र्यांपैकी

एखादे सारखे पुढे होऊन तिच्या मागल्या बाजूने चावा घेई. त्याला झापण्यासाठी ती मागे वळली की, एक-दोघे ह्या बाजूने हल्ला चढवीत. असा प्रकार सतत चालू होता.

'मला दिसत होते की, वाघीण आता खर्ची पडत चालली आहे. तेवढ्यात ज्यातून ही सुरुवातीची तुकडी आली होती, त्या मुख्य झोंडाकडून शिट्टीवजा इशारा आलेला मी ऐकला. ह्या तुकडीला कुमक म्हणून ती झोंड धावत येत होती. हा इशारा वाघिणीनेही ऐकला असावा. कारण सारे बळ एकवटून ती संतापाने दोन कुत्र्यांवर धावून गेली. आणि पंज्याच्या तडाख्यासरशी एका कुत्र्याचा कणा काटकी मोडावी, तसा तिनं मोडला आणि पडलेल्या भगदाडातून उडी घेऊन ती निसटली; पण तत्काळ इतर पाच कुत्र्यांनी पाठलाग चालू केला.

'हे लोंपाट दृष्टिआड झाले आणि तेवढ्यात झोंड आली. मी मोजून पाहिली, तर तेवीस कुत्री होती.

'पाच मैलांनंतर कुत्र्यांनी वाघिणीला पुरे कोंडले होते आणि तिचा बळी घेतला होता. दुसऱ्या दिवशी अर्धवट खाल्लेले तिचे धड मला आढळले. पाच कुत्रीही मरून पडली होती. त्यांच्या धडाचाही काही भाग खाल्लेला आढळला.'

असे श्रेष्ठ धारिष्ट्य असणारी ही जंगली कुत्री आजतागायत सर्वांच्याच रागाचा विषय होती. कुणाही शिकाऱ्याला कधी ही कुत्री दिसली, तर काहीही विचार न करता तो आधी गोळी घालून ह्यांना मारील.

वनातील ह्या प्राण्यांचा नाश करायला सरकारचीसुद्धा मान्यता आहे. ए.पी.गी. सारखा पशुपक्ष्यांवर प्रेम करणारा शास्त्रज्ञसुद्धा सांगतो,

'.... ही निर्दय, जगावेगळी कुत्री म्हणजे वनस्पतिभक्षक प्राण्यांचा काळ आहेत. जंगलात यांचा उपयोग एवढाच की, हरिणांचा समुदाय यांच्यामुळे एका चराऊ जागी स्थिर राहत नाही आणि चराऊ कुरणे टिकतात. मुळापासून खाल्ली जात नाहीत. एरवी, ह्या कुत्र्यांविषयी बरे बोलण्यासारखे काही नाही.'

हा राग मुख्यत: शिकारी माणसाचा आहे. आपले भक्ष्य कोणा तिऱ्हाइताने मटकावले म्हणजे येतो, तो! वाघ, बिबळ्या ह्यांनी हरणे, सांबरे, डुकरे मारली, तर त्यात विशेष काही नाही; ते त्यांचे भक्ष्यच आहे. पण कुत्र्यांसारख्या क्षुद्र प्राण्यांनी हे प्राणी मारणे आणि खाणे बरोबर नाही. त्यांनी पुढे टाकलेला भाकरीचा तुकडाच खात राहावे आणि शेपूट घोळावे. पण गावातील

कुत्री रानात जाऊन रानटी बनलेली नाहीत. ती मुळचीच जंगलचीच रहिवासी आहेत. गुडालने त्यांना 'इनोसन्ट किलर्स' म्हटले आहे. ती जंगलात आहेत, ह्यात निसर्गाचा काही उद्देश हा असलाच पाहिजे. तो शोधायला हवा. आफ्रिकेत राहून जेन गुडाल, शेल्लर, ह्युगो ह्यांनी काही अभ्यास केला आहे.

जंगलात राहायचे आणि उपजीविका करायची, म्हणजे घोळामेळाने एकमेकांना धरून राहिले पाहिजे, हा विवेक ह्या कुत्र्यांना आहे. ती जंगलातल्या मिळकतीच्या हिशेबाने लहान-लहान गट करून राहतात. पद्धतशीर शिकार मारतात आणि बोल-बोल म्हणता ती पोटात रिचवूनही टाकतात. हाडे, केस, आतडी – काही सोडत नाहीत.

घरी लहान-धाकटी पिले असतील, तर धावत जाऊन पोटात भरून आणलेले मांसाचे तुकडे बाहेर काढून ती पिलांना तर खाऊ घालतातच; पण घर आणि पिले सांभाळण्यासाठी जो कुणी रखवाली करीत असतो, त्यांनाही भरवतात. झुंडीपैकी कोणी अधू मागे राहिला, तर त्यालाही अन्नातला वाटा मिळतो.

एखादे जनावर ताणून पाडले आणि त्यावर कुत्री पडली, म्हणजे एकमेकांत खाण्यावरून भांडणे होत नाहीत.

ह्या झुंडीची प्राण्यांना एवढी भीती असते की, ती प्रतिकार अगदी क्वचितच करतात. वाघ, बिबळ्या असला हत्यारी प्राणी सोडा; पण गवत खाऊन जगणारे हरीण, सांबर किंवा डुक्कर (हे मात्र नुसते कंदमुळे खात नाही. माझ्या एका मित्राने मेलेले गूर खाताना डुकरांना पाहिले आहे.) कुत्र्यांनी वेढले गेले की, मूढासारखे कुठे तरी बघत जमिनीला खिळून राहते आणि भयानक मृत्यूला सामोरे जाते; कुत्री लचके तोडत राहतात.

म्हणूनच निर्दय, हिंस्र म्हणून शिकारी त्यांचा राग करतात. पण थोरोने एका ठिकाणी म्हटले आहे, '.... ज्या अर्थाने पशूंना हिंस्र समजले जाते, त्या अर्थाने मी त्यांना हिंस्र मानीत नाही. कारण मूर्खपणाची वक्तव्ये मी कधी त्यांच्या तोंडून ऐकली नाहीत.'

मूर्खपणाचे नव्हे, पण रानकुत्र्याचे रागीट वक्तव्य मी इथे ऐकले. एकदा संध्याकाळी सहाच्या सुमाराला आम्ही पायवाटेने येत होतो. मारुतराव पुढे होते, मी मागे होतो. अरुंद अशा पायवाटेने टेकडीवरून खाली येऊन वाट ओलांडताना आम्ही नेमके कुत्र्याच्या वाटेवरच आडवे आलो. त्याबरोबर अनपेक्षित असा जोराचा गुरगुराट ऐकला. आमच्यात आणि कुत्र्यांच्यात फार तर चार फुटांचे

अंतर असावे. कुत्री तर चमकलीच; आम्हीही गोंधळून जागच्या जागी उभे राहिलो!

याच वाटेवर एकदा तुफान उधळत एक चितळाची मादी पुढे, मागे तिचे पोर आणि त्यामागे दोन कुत्री असे लोंपट अगदी पाच-दहा फुटांवरून आम्हाला आडवे गेले आणि वाट ओलांडून खालच्या झाडीत दिसेनासे झाले.

डुक्कर मारल्याचे आम्ही पाहायला गेलो, तेव्हाही असेच भक्ष्याशेजारी जाळीत असलेल्या कुत्र्यांचे एकदम मशीनगन चालावी, तसे वक्तव्य आम्ही ऐकले.

रानकुत्र्यांनी वेढल्याच्या अनेक सुरस आणि डोक्यावरचे केस उभे करणाऱ्या हकिगती मी शिकाऱ्यांकडून ऐकल्या होत्या. पण आमच्यावर हल्ला करण्याचा त्यांचा इरादा कधी दिसला नाही.

सामान्यत:, आम्ही एकमेकांशी आदर ठेवूनच वागतो.

वन्य प्राण्यांच्या बाबतीत सदैव अंतर ठेवून वागणे फार आवश्यक असते. फाजील जवळीक ही त्यांच्या दृष्टीने संशयास्पद ठरते.

हे अंतर किती असावे?

तर तो प्राणी – म्हणजे गवा, वाघ, बिबळ्या, रानकुत्रे, हत्ती, अस्वल किंवा अंगावर येईल असे वाटते, ते कोणतेही जनावर तुम्हाला गाठण्याच्या आत तुम्हाला दोन पाय आणि हात यांचा वापर करून स्वत:चा बचाव करता आला पाहिजे; म्हणजे तुम्ही पळून गेले पाहिजे किंवा झाडावर चढले पाहिजे.

सर्वसाधारणत: कोणतेही जनावर माणसाची आगळीक नसली, तर त्याच्यावर हल्ला करीत नाही, असा अनुभव आहे. कारण माणूस हे कोणाचेही नैसर्गिक भक्ष्य नाही.

मात्र, माणसानेही काही पथ्ये कटाक्षाने पाळली पाहिजेत. संशय येईल, असे टक लावून पाहता उपयोगी नाही. आपल्या हालचालीही सांभाळून केल्या पाहिजेत. एकदम बसणे, एकदम भस्सकन उठणे, वळणे, हात पुढे-मागे घेणे, धावणे – हे सर्व टाळले पाहिजे.

शेल्लरचे तर म्हणणे आहे, '...माणूस ह्या प्राण्याला स्वत:च्या कर्तृत्वाची, श्रेष्ठतेची घमेंड कधी श्मश्रू केल्याप्रमाणे काढून टाकताच येत नाही. ती त्याच्या डोळ्यांत, चालण्यात, हावभावांत, चेहऱ्यावर असतेच. त्यामुळे त्याला पाहिले की, जनावरे भिऊन दूर जातात.'

पण काही मानवांना ही घमेंड टाकून देणे शक्य झाले असले पाहिजे. मृगांच्या संगतीत राहणारा आणि दूर्वांकुरांवर भूक भागविणारा शातकर्णीऋषी ही

केवळ कालिदासाच्या कल्पनेतील व्यक्तिरेखा नसावी.

स्वत: शेल्लरच नाही का? आफ्रिकेच्या काळ्या जंगलात, गोरिला माकडांच्या मागोमाग हिंडताना तो धुक्यात सापडला. समोरचे काही दिसेना. पुढे काही अंतरावर रानहत्तींचा कळप असल्याच्या खुणा वाटेवर होत्या. अचानक पुढ्यात गेल्यावर हल्ल्याची भीती होती. कॅम्पकडे नेणारी पायाखालची वाट तर सोडता येत नव्हती. वाटेवर हत्तींच्या शेणाचे ढीग जागजागी आढळले. त्यावर माश्या घोंगावत होत्या. ढिगात बोट खुपसून पाहिले तर शेण उष्ण होते – म्हणजे नुकतेच टाकलेले. धुक्यामुळे पन्नास फुटांपलीकडचे काही दिसत नव्हते, अशा वेळी शेल्लर म्हणतो, '....मी मृदू शब्दांत हत्तींना म्हणालो, एलेफन्ट्स, हॅलो! मेहेरबानी करा आणि माझी वाट सोडा. ही वाट माझ्या मुक्कामाकडे जाणारी आहे. ती सोडून मला बाजूला होता येत नाही. हाती शस्त्र नाही, असा मी एक दुर्बळ मनुष्य आहे. माझ्याकडून तुम्हाला धोका नाही. कृपा करून मला जाऊ द्या.

– आणि पुढं असलेले हत्ती काही आवाज न करता दूर झाले!'

गोरिलासारख्या भयंकर म्हणून बदलौकिक असलेल्या माकडांत राहूनही तो म्हणतो, '...माझ्यावर कधीही हल्ला झाला नाही.'

भारतातील कान्हा-किसली ह्या अभयारण्यात चौदा महिने राहून त्याने वाघांचा अभ्यास केला. त्यासाठी तो कधीही मचाण बांधून झाडावर बसला नाही; पायीच हिंडला. पण तिथेही तो म्हणतो, '...माझ्यावर वाघ कधी चालून आला नाही.'

जॉन मॅकिनान ह्या अभ्यासकाने फक्त एका अस्वलाविषयी तक्रार केली आहे.

'ओरँगउटँग' ह्या माकडाचा अभ्यास करण्यासाठी तो बोर्निओ आणि सुमात्राच्या जंगलात एकटा हिंडत होता, तेव्हा एका अस्वलाने अतिप्रसंग केल्याची हकिगत त्याने आपल्या 'इन द सर्च ऑफ द रेड एप' ह्या पुस्तकात दिली आहे.

जॉन म्हणतो, 'जंगलात अस्वलं अनेक होती; पण लपून राहत आणि सावधगिरी घेऊन हिंडत. त्यामुळे माझ्या नजरेला पडली नव्हती. अगदी पहिल्यांदा ती मला दिसली, तेव्हा हे काय आहे, हेच माझ्या काही वेळ ध्यानी आलं नाही. जमिनीवर वाढलेल्या गवतातून, गचपणातून दोन काळे आकार पळापळी करताना दिसले. वाफेच्या इंजिनासारखा बुडबुड आवाजही येत होता. मला वाटलं, टर्की पाखरं असावीत. पण गचपणातून मोकळ्यावर

आली, ती दोन अस्वलं. एक होते सुमारे शंभर पौंड वजनाचे आणि दुसरे होते त्याच्या निम्म्याने. मी अंदाज केला की, एक मादी आणि दुसरे तिचे पोर असावे. झाडाच्या बुंध्याभोवती त्यांची जोरात पाठशिवणी सुरू झाली. वेड्यासारखी दोघेही एकमेकांमागे चारी पायांवर उधळत होती. मग एकाएकी दिशा बदलून दोघंही माझ्याकडे धावली. मादी पुढं होती. अगदी जवळ येईपर्यंत, मी समोर आहे, हे तिच्या ध्यानात आलं नाही आणि आलं; त्या क्षणी तिनं गर्जना करून थेट माझ्यावर चाल केली. मी जवळचा कोयता काढला आणि ती दोन पायांवर उभी राहताच वार केला. तिनं तो चुकवला आणि तिच्या पोलादी नख्यांचा मारा चुकविण्यासाठी मीही बाजूला झालो. तिची झेप चुकवताना माझा मात्र तोल गेला आणि खाली कोसळलो. नेमकी हीच संधी साधून पोरानं माझ्यावर हल्ला केला. मी कोयत्याचा पट्टा फिरवला. तो त्याच्या खांद्याला लागला. केकाटत ते पोर मागं पडलं. मी वळलो, तर आई धावून आली. ती जवळ येताक्षणीच मी जिवाच्या आकांताने ओरडलो. ती थोडी बाजूला झाली आणि तेवढ्यात मी पाय लावून टेकडीवर पळालो. पळता-पळता मागे बघितलं, ती माझा पाठलाग करीत नव्हती. जखमी पोराभोवती गर्जना करीत फिरत होती.

'टेकडीवर चढून मी पाहिलं, तेव्हा पोराची मान तोंडात पकडून त्याची आई विरुद्ध दिशेला असलेला नाला पार करून जात होती.

'थरथरत्या अंगानं मी बराच वेळ एका जागी बसून राहिलो.

'पुढे कधीही अस्वल दिसलं की, हातात मोठी डहाळी घेऊन मी ती हलवीत असे. आरडाओरडा करीत असे आणि अधू दृष्टीच्या अस्वलाला माझ्या अस्तित्वाची जाणीव करून देत असे. मला टाळून जाण्याचा अवधी त्यांना देत असे....'

नागझिराचे अस्वल मला कधी दिसले नाही. पण दिसले असते, तरी जॉननं सांगून ठेवलेला हा उपाय मला ऐन वेळी सुचला असता का?

'नागझिरा अभयारण्यात अजगर आहेत. तुम्ही डोळ्याला दुर्बीण लावून वानरे पाहत रंगाल आणि खाली अजगर पायाला विळखा घालील. त्याच्या तडाख्यात तुम्ही सापडलात, तर दोन्ही पायांना विळखा बसल्यामुळे तुम्ही खाली कोसळाल. त्याच्या विळख्यातून सुटका करून घेण्यासाठी कमरेचा चाकू काढून अजगराच्या विळख्याचा एक वेढा काकडीसारखा कापणे, हा एकच उपाय आहे.' असे मला सांगण्यात आले होते. त्यामुळे न चुकता

मी रोज चाकू बरोबर बाळगीत होतो. मी कुकरी नेली होती; पण हे गुरखा वीराचे हत्यार वागवायला फार अवजड होते. त्या मानाने 'कॅम्पनाइफ' हलका होता.

सामान्यत: मी सर्व सावधगिरी घेऊनच जंगलात हिंडलो आणि अजगराशी गाठ कधी पडली नाही.

अस्वलाशी नाही, अजगराशी नाही, बिबळ्याशीही नाही.

कधीमधी माझी गाठ माझ्याशीच मात्र पडली!

■

| सोबती |

मारुतराव चितमपल्लींचे कुटुंब लहानसेच होते. ते स्वत:, पत्नी आणि एक शांत, थोडं बोलणारी लहानशी मुलगी छाया.

वसतिगृहासारखे आम्ही दोघे तीन-चार दिवस एकत्र राहिलो आणि पुढे ते जुन्या रेस्ट हाउसमध्ये राहायला गेले.

हे जुने रेस्ट हाउस सुरेखच होते. मारुतरावांना थोडासा शेजारही होता. त्यांच्या पलीकडे कोणी फॉरेस्ट गार्ड राहत होता. बैलांचा गोठा होता. बाहेरच्या अंगणात कोंबड्या हिंडताना दिसत. बैल बांधलेले दिसत. वाळवण घातलेलं दिसे. हे वाळवण कधी आंब्यांच्या कोयांचे, कधी मोहांच्या फुलांचे, तर कधी कैऱ्यांच्या फोडींचे असे.

सकाळी चहासाठी, दुपारी आणि रात्री जेवण्यासाठी मी मारुतरावांकडे जात असे. अंगणात खुर्च्या टाकलेल्या असत. आमचे पवनीचे सन्मित्र माधवराव पाटील यांनी स्नेहभावाने केळी, आंबे, कधी पपई असा रानमेवा पाठविलेला असे. त्याचा आस्वाद घेत आम्ही वाऱ्यावर बसत असू.

साऱ्या गप्पा साहित्यविषयक असत.

आम्ही वाचलेल्या पुस्तकासंबंधी बोलत असू. एखाद्या नव्या पुस्तकासंबंधी मी बोलू लागलो की, मारुतराव म्हणत, ''छाया, बेटा, माझी वही आण....''

– आणि मी सांगितल्या लेखकाचे नाव ते टिपून घेत.

एकदा ते म्हणाले, ''माडगूळकर, बघता-बघता एकूण छत्तीस पुस्तकं झाली....''

निसर्ग, प्राणिजीवन आणि साहित्य हे आमच्या बोलण्याचे विषय असत.

आभाळात चांदण्या चमकत असत. थंड गार वारा सुटलेला असे आणि अंधारात अंगणात बसून आम्ही मनमुराद बोलत असू.

वाचनात रस घेणारे माझे अनेक मित्र आहेत; पण मारुतरावांचे पुस्तकांचे

वेड हे खासच होते. कोणी फॉरेस्ट ऑफिसर एवढा वाचनवेडा असेल काय, याची मला शंका आहे.

नवेगाव-बांधला त्यांच्या घरी मी पहिल्यांदा गेलो, तेव्हा त्यांचे ग्रंथालय बघून थक्क झालो. सरकारी कचेऱ्यांतून नोकरी करणारे अधिकारी काही प्रापंचिक अडचणीसाठी प्रॉव्हिडंट फंडातून कर्ज काढतात. कधी लग्न असते, कधी मुंज असते; कधी आई-वडिलांना कसले तरी पारणे फेडायचे असते. पण मारुतरावांनी प्रॉव्हिडंट फंडातून कर्ज काढून काय केले असेल?

हवी ती पुस्तके विकत घेतली. निसर्गाविषयीची, प्राण्यांविषयीची.

'स्नेह' हा पेटत्या समईसारखा; सारखा वात पुढे सारून, तेल घालून तेवता ठेवावा लागतो; नाही तर तो विझून जातो.

माझ्यासारख्या छांदिष्ट, एकांतप्रिय माणसाला हे जमणे कठीणच. आपणहून पत्र पाठवणे, आलेल्या पत्रांना वेळच्या वेळी उत्तरे पाठवणे, नव्या वर्षाचे शुभेच्छा-कार्ड पाठवणे वगैरे गोष्टी मनात असूनही मला जमत नाहीत. पण मारुतराव मला सांभाळून घेतात. जरूर तेव्हा वात सारणे तेल घालणे आणि स्नेहाचा दिवा विझू न देणे ते करतात. मी मात्र खजील होतो.

मारुतरावांशिवाय आणखी चार माणसं इथं भेटली. त्यापैकी सर्वांत लक्ष वेधून घेणारा म्हणजे म्हातारा कटू. थकलेला – पण काटक. ह्याच्या डोईवरचे आणि मिश्यांचे केस पांढरे झालेले होते. अंगात ढगळ असा खाकी हाफ-शर्ट, खांद्यावर भय्ये घेतात तसला पातळ तांबड्या चौकटींचा टॉवेल, खाली धोतर आणि हातात अनेक कामांसाठी उपयोगात आणलं जाणारं हत्यार – बहुउपयोगी अशी डहाळे-कुऱ्हाड, असा कटूचा वेश असे. जंगल खात्यात हा कोणत्या पदावर होता याची चौकशी केली नाही; पण मारुतरावांच्या रसायनशाळेत अत्यंत मनःपूर्वक काम करीत बसलेला मी त्याला नेहमी पाही.

वेगवेगळ्या जनावरांच्या विष्ठा पाण्यात विरघळवून चिमट्याने त्यातले केस, बारीक हाडे, नखं, पाला, बिया ह्या वस्तू निवडण्याचं हे काम साधं नव्हतं.

"ही घाण चिवडल्यावर मला ह्या हाताने जेवण जात नाही..." असं मला सांगणारा एक रोजगारी जेमतेम पाच दिवस हे काम करून पळाला होता, तो मुळीच माघारी आला नाही.

अशी तक्रार कटूनं कधीही केली नाही.

विनोबा म्हणतात : 'जीभ ही लाकडी डावाप्रमाणे झाली पाहिजे. डाव श्रीखंडात घातला काय किंवा अळूच्या भाजीत घातला काय, त्याला त्याचे काहीच नसते.'

कटू ह्याच निर्विकार वृत्तीने दिलेलं काम करीत असला पाहिजे. आपल्या कामात तो अत्यंत रमून गेलेला मी पाहिला. ह्या कामाबद्दल घृणा अशी कधी त्याच्या तोंडावर दिसली नाही.

मी एकवार, चितळांचा एकच मोठा कळप घेऊन त्यामागोमाग काही दिवस हिंडावं, असा माझा मनोदय मारुतरावांपाशी बोलून दाखवला. तो त्यांनाही उत्तम वाटला; पण त्यांचे म्हणणे होते की, सोबत कटूला न्यावं.

अजगर, बिबळ्या, अस्वल ह्यांपासून स्वतःचं संरक्षण करण्याची जबाबदारी मी घेतलेलीच होती. कटूला बरोबर घेऊन ही जबाबदारी दुप्पट करून घ्यायची माझी तयारी नव्हती.

मी कटूला घेऊन गेलो नाही. सुरुवातीच्या काळात उमरझरी गावचा रानकाढ्या तान्सू मेश्राम ह्याला बरोबर घेऊन मी दोन वेळा रानात भटकलो.

हा पन्नाशीच्या पुढचा, उभट चेहऱ्याचा आणि सडसडीत अंगाचा माणूस चांगला हुशार होता. रानकुत्र्यांचा तलाश लावण्यापायी तो फार हिंडला. भल्या सकाळी पावडरच्या दुधाचा चहा घेऊन तो आणि त्याचा सोबती जे बाहेर पडत, ते सूर्य मावळल्यावर दमून-भागून परत येत. तिथून पुढे ते स्वतःच्या हातांनी आपले अन्न रांधत आणि रात्रीच्या अंधारात माझ्या खाटल्याशेजारी हिरवळीवर सतरंजी टाकून पसरत.

तान्सूचे घ्राणेंद्रिय आणि कर्णेंद्रिय आदिमानवासारखे तीक्ष्ण होते. ज्ञानी पुरुषाच्या साह्याने अवघड ग्रंथ वाचावा, तसे मी त्याच्या साह्याने जंगल वाचले.

पंधरा-एक दिवसांनी त्याचीही पाठ धरली. माझ्याजवळच्या जुजबी औषधांचा काही उपयोग झाला नाही आणि आमचा निरोप घेऊन तो उमरझरीला गेला. त्याच्यामागोमाग त्याचा सोबतीही गेला.

मारुतरावांच्या प्रयोगशाळेत काम करणारे लोक वारंवार असे पळून जात असत. कारण रानकुत्र्यांनी डुक्कर खाल्ला की वानर खाल्ले, ह्या गोष्टीत त्यांना रस नव्हता. रानकुत्री जंगलात राहिली काय आणि मारली गेली काय, त्यांना त्याचे काय सोयरसुतक?

■

| झरे |

माझी फुगवायची रबरी उशी, दुर्बीण आणि मोठा कमांडर टॉर्च घेऊन मी आणि मारुतराव एका रात्री टॉवरवर बसायला गेलो.

तळ्याच्या एका बाजूला चौरंगाच्या कोपऱ्याशी समई उभी असावी, असा हा तीस फूट उंचीचा लोखंडी टॉवर होता. भल्या सकाळी, दिवस मावळू लागल्यावर दोन-तीन लोकांनी ह्यावर गुपचूप बसावं आणि पाण्यावर येणारी जनावरं पाहावीत, अशा हेतूनं हा टॉवर जंगल खात्यानं बांधला होता.

उंचावर जाण्याबाबत मी नेहमीच उत्सुक असतो. त्यामुळे पाय सुटत नाहीत. मन मात्र पतंगासारखे वर-वर जात राहते.

तळ्याच्या पूर्व दिशेला जो बांध होता, त्यापलीकडे जो रहस्यमय नाला होता, झाडीझुडी होती, पाणी होतं; तिथं नेमक्या जागी हा उभा होता. सरळ बुंध्यांच्या उंचच्या उंच झाडांनी चहूबाजूंनी वेढलेला असा.

आम्ही साहित्य घेऊन चढू लागलो तेव्हा लक्षात आलं की, हा लोखंडी टॉवर आता वृद्ध झाला आहे. त्याचा डोलारा, पायऱ्या म्हणाव्यात तशा खंबीर राहिलेल्या नाहीत; पायऱ्या डगडगत आहेत. काही तर फुटल्या आहेत.

'सांभाळून हं!'

'जपून हं! '

असे एकमेकाला म्हणत आम्ही दोघे वर चढलो आणि लहान चार बाय चार असा चौकोनी पत्रा होता, त्यावर बैठक जमवून बसलो.

खाली लहानसा झरा होता. त्यात पाणनिवळ्या सूर मारीत होत्या. ह्या झऱ्याचे पाणी कधीही आटत नाही, असे मला कळले होते.

सभोवार गर्द झाडी होती. तिची छाया जनावरांना सांभाळत होती.

आम्ही बसलो, तेव्हा रात्रीचे आठ वाजले होते.

हळूहळू सगळे आसमंत आवाजांनी भरून गेले. माझा सगळा जीव कानांत गोळा झाला. एखाद्या गृहिणीने धान्य निवडावं, तसे हे नानाविध आवाज मी निवडत होतो. पाचोळ्या-वरून पावले वाजत होती. काटक्या मोडत होत्या. डहाळ्यांना अंगे घासली जात होती.

हे आवाज चारी दिशांनी आल्यासारखे वाटत. वरचेवर दुर्बिणीतून पाहूनही मला काहीही दिसले नाही.

ह्याच झऱ्यापासून पंधरा यार्डांवरच पाण्याचा दुसरा लहानसा झरा होता. त्याचे चमकते पाणी मला दिसे. कसले तरी उंच जनावर पायांचा सावकाश आवाज करीत त्यावर पाण्याला आले. सांबर आहे का नीलगाय आहे, याचा उलगडा झाला नाही. चमकणाऱ्या पाण्यावर पुढचे पाय आणि खाली घातलेली मान असा काळा आकार तेवढा मला जाणवत होता.

खसपसऽऽ खसपसऽऽ असा आवाज मात्र बाजूने, मागून, पुढे, पलीकडे – सगळीकडून येत होता. दिसत काही नव्हते.

एवढ्यात सांबर (की नीलगाय?) भयाकारी फुंफाटले. मागोमाग जोराचा खसपसाट झाला. नंतर सगळा खसपसाट क्षणभर स्तब्ध झाला आणि मग बिबळ्याचा आवाज ऐकू आला. भक्ष्य हातचे सुटून गेल्यावर, पराभवामुळे केलेला तो रागीट शब्द असावा.

नंतर काही अंतरावर सांबर सहा वेळा ओरडले. ते बिबळ्याच्या अस्तित्वाचा इशारा इतरांना देत होते की आम्हाला बघून ओरडत होते, हे कळले नाही.

दुरून शंख फुंकल्याचा आवाज झाला. हा नक्कीच नव्याने कळपाला दिलेला इशारा होता.

अंधारात टॉवरवर बसणे, हा एक विलक्षण अनुभव होता. यापूर्वी कधीही मी एवढ्या विविध हालचालींचे केवळ आवाज ऐकले नव्हते. जनावरांच्या हालचालींमुळे होणाऱ्या आवाजांचा जणू विश्वकोशच माझ्यापुढे उघडला गेला होता.

चंद्र उगवला.

साडे-दहा वाजले. मग मारुतराव हळूच म्हणाले, ''जाऊ या का?''

''जाऊ या.''

''एकदा का गव्याचा कळप पाण्यावर आला आणि त्यानं आपण वेढलो गेलो, तर आपल्याला रात्र इथंच काढावी लागेल. आपण ब्लँकेट आणलेलं नाही.''

''खरी गोष्ट.''

मग सामानसुमान आवरून आम्ही खाली उतरलो आणि मुक्कामाकडे परत आलो.

म्हाताऱ्या कटूने एकदा सकाळी बातमी आणली की, रानकुत्री नाल्यात असलेल्या झऱ्यावर पाणी प्यायली आणि गारव्याला बसली. मारुतरावांना ह्या कुत्र्यांचे निरीक्षण करायचे होते आणि त्यांचे फोटोही घ्यायचे होते, म्हणून आम्ही कटूला म्हणालो, ''तू

आमच्यासाठी आडोसा कर. आम्ही जेवण आटपून येऊन तिथं बसतो.''

जांभळीच्या डहाळ्या उपयोगात आणून कटूने उत्तम आडोसा तयार केला. उन्हापासून संरक्षण मिळावे, या हेतूने कानाला रुमाल बांधून, पिण्यासाठी पाणी, दुर्बिणी घेऊन आम्ही दोघे पुढे आणि कॅमेऱ्याच्या पेटीचे ओझे सांभाळीत कटू आमच्या मागे, असे निघालो.

नाला फार दूर नव्हता.

भर बारा वाजता आम्ही आडोशाला जाऊन बसलो.

समोर सुमारे तीस फुटांवर झरा होता. पाणी अगदी चुळकाभरच उरले होते. उन्हानं तापलेलं कोणतंही जनावर ह्या पाण्यावर येण्याची मात्र शक्यता होती. कारण आजूबाजूला दाट झाडी तर होतीच; पण नाल्यानाल्याने यावे, इतपत आडोसाही होता.

आम्ही नीट बैठक जमवली. दृष्टीच्या आड येणारी पानं बाजूला करून लहानसं बोळ ठेवलं आणि कटूला परत पाठवलं. त्या बापड्याचं अजून जेवण व्हायचं होतं. सकाळपासून आतापर्यंत डहाळे तोडून आडोसा करण्यातच त्याचा वेळ गेला होता.

कटू गेला. त्याच्या पायांचा आवाज ऐकू येईनासा झाला.

आम्ही पाण्याकडं पाहत राहिलो.

अशा वेळी एखाद्या गलोलीप्रमाणे आपले सर्व लक्ष ताणलेले राहते. बारीकसा आवाजसुद्धा कान टिपत राहतात.

आवाज न करता मारुतरावांनी पेटीतून कॅमेरा काढला, त्याला टेलिफोटोलेन्स लावली. समोर ठेवलेल्या लहानशा बोळातून पाण्याकडं पाहून घेतलं. फोकस, टायमिंग हे सगळं जुळवलं आणि कॅमेरा मांडीवर घेऊन ते गप्प बघत राहिले. मीही बघत राहिलो.

कोणतेही जनावर पाण्यावर आले, तर आता आम्हाला अगदी स्पष्ट दिसणार होते.

हळूहळू क्षण जाऊ लागले.

माझ्यासमोरच्या पानावर एक कोळी होता. कुठूनशी एक मोठी माशी आली आणि गार पालवीभोवती भिरभिरू लागली. कोळी टपून बसला. बापड्या माशीला त्याच्या अस्तित्वाची काही जाणीव नव्हती. ती भिरभिरत निवान्त बसण्यासाठी जागा शोधत होती. जागा शोधता-शोधता नेमकी कोळ्याच्या जवळ आली आणि क्षणार्धात आपल्या लांब तंगड्यांनी त्यानं तिला आवळली. माशीची गुणगुण बंद होऊन धडपड सुरू झाली; पण कोळ्याच्या तडाख्यातून ती सुटणं, ही केवळ अशक्य गोष्ट होती.

खाणारा आणि खाल्ला जाणारा यांच्यातील भव्य नाट्य ह्याअगोदर मला अनेकदा दिसलेच होते; पण आताची ही तीन मिनिटांची एकांकिका मी अगदी पहिल्या रांगेत बसून पाहिली होती.

एवढ्यात पाचोळा वाजला. चाहूल कानांवर आली. काय झाले, म्हणून मी डोळे ताणून पाहिले.

छातीवर थाने लोंबणारी एक वानरीण आमच्या आडोशाकडे बघत-बघत समोरून

आडवी गेली.

म्हणजे आम्ही बसलो, हे वानरांनी पाहिले असले पाहिजे. कटू गेला; पण दोघे इथे आहेत, हे त्या बयेला कळले असले पाहिजे.

मला शेल्लरचे वाक्य आठवले :

कान्हा-किसलीच्या जंगलात तो वाघाचा अभ्यास करीत असताना 'लाइफ' साप्ताहिकाने वाघाचे फोटो घेण्यासाठी फोटोग्राफर पाठवला होता. पाण्यापाशी आडोसा धरून शेल्लर, फोटोग्राफर आणि कॅमेरा वागविणारा एक नेपाळी माणूस असे तिघे बसले.

संध्याकाळ झाली, तेव्हा शेल्लर नेपाळी गड्याला म्हणाला, "तू आता जा. मोठमोठ्यानं बोलत जा. म्हणजे वाघांना वाटेल की, माणसं आली होती, ती गेली."

नेपाळी गेला. मग भ्यायलेल्या फोटोग्राफरने हळूच विचारले, "आपण तिघे होतो; त्यातला एक गेला, दोघे अजूनही आहेत, हे वाघांना कळणार नाही का ?"

यावर हा थोर प्राणिशास्त्रज्ञ म्हणाला, "वाघांना वजाबाकी येत नाही."

आता मला वाटले, वानरांना गणितही येत असावं.

वानरीण निघून गेली.

काही वेळानं वाघ निघताच पक्षी कलकलाट करतात, तसा झाडांतून पाखरांनी केलेला कलकलाट ऐकू आला. ज्याला भ्यावं, असा कोणी तरी पाण्याच्या दिशेनं येतो आहे, हे कळलं.

काही क्षण गेले.

– आणि अत्यंत रुबाबदार असा श्येन पक्षी झेपावत आला आणि पाण्याजवळ येऊन बसला.

मारुतराव हळूच मला म्हणाले, "हा स्पॅरो-हॉक आहे... इतक्या जवळून कधी मी पाहिला नव्हता."

घाईगडबडीनं त्यांनी कॅमेरा सुधारला आणि फोटो घेतले.

झऱ्याच्या काठावर बसून श्येन पाखरानं एकवार चौफेर बघून घेतलं आणि मग पाण्याला चोच लावली.

पाखरे गोंधळ करीत होतीच.

शांतपणानं पोटभर पाणी पिऊन तो उडाला आणि नाल्याच्या समोर काठावर आडवे लाकूड होते, त्यावर तो आम्हाला आपली छाती दाखवीत बसून राहिला.

पाण्याचा काठ त्याला सोडवत नव्हता.

पाण्यावर आलेली वानरे, चितळे, सांबरे रेंगाळलेली मी कधी पाहिली नाहीत. ह्या धोकादायक जागेवरून ती तत्काळ दूर होत.

श्येन पक्ष्याला असे काही भय वाटत नसावे.

तीन-साडेतीन मिनिटं बसून तो उडाला. पुन्हा पाखरांनी कलकलाट केला.

उन्ह आता फिरलं होतं. ते आम्हालाही जाणवत होतं. येताना कटूनं आणलेली कॅनव्हासची जड वॉटरबॅग हळूहळू हलकी होऊ लागली.

समोरच्या झऱ्यावर मधमाश्यांचा भलाथोरला घोळका आला.

मग झुंडीने फुलपाखरे आली.

मग कुठून तरी चार-सहा पोरेच आली आणि मासे मिळावेत म्हणून झऱ्यातले पाणी उपसू लागली. तसे आम्ही आडोशाला राहूनच ओरडलो.

पोरे घाबरली. कुठून आवाज येतो आहे, हे त्यांना कळेना. इतक्या जवळ कोणी बसले असेल, याची त्यांना अजिबात कल्पना आली नाही.

ही पोरं म्हणजे कंत्राटदारांनी तेंडुपत्ती तोडण्यासाठी बालाघाटहून जे शंभर-दीडशे रोजगारी आणले होते, त्यांची हाडाडलेली पोरं होती. आपल्याला खाण्याजोगे काही सापडते का, याचा तपास करीत ती हिंडत होती.

तीन वाजेपर्यंत पाण्यावर बसूनही सहा वानरांच्या टोळीशिवाय पाण्यावर कोणी आले नाही.

मग मात्र अवघडले अगं मोकळं करण्यासाठी मी थोड्या कोरड्या नाल्यातून हिंडलो.

एका मोठ्या झाडाच्या मुळ्यांच्या पसाऱ्यातून बाहेर आलेली घोरपड चिखलात शिरून काही खाताना दिसली. माझी चाहूल लागताच ती मुळ्यांखालच्या बिळात शिरली.

रानकुत्री भुकेल्यापोटी घोरपडही खात असावीत, कारण त्यांच्या विष्ठेत घोरपडीच्या कातड्याचा तुकडाही सापडला होता.

एका झाडाच्या ढोलीत बराच मोठा, मोठमोठ्या काळ्या कोळ्यांचा पुंजका गप्प बसून राहिलेला मी पाहिला.

काळ्या शाईचे शे-दोनशे डाग पडावेत आणि त्यांना सहा-सहा पाय फुटावेत, असे हे दृश्य होते. महाराष्ट्रात आढळणाऱ्या एकूण नव्वद जातींपैकी कोणत्या जातीचे हे कोळी होते, ते मला कळले नाही.

ओझं वागवायला कटूला दोन वाजता बोलावला होता. तो आला नाही, तेव्हा आम्हीच ओझी वागवीत तीन वाजता परत फिरलो.

नाल्यातून वर चढताना एक मोठा डुक्कर आडवा गेला. तो चिखलात माखलेला होता. चिखल वाळून त्याच्या अंगावर पोपडे धरले होते. चावऱ्या माश्या-कीटकांपासून संरक्षण मिळावं, ह्या हेतूनेच त्यानं हे चिलखत घातलं असावं.

आमची चाहूल त्याला एक तर लागली नसावी किंवा लागूनही त्यानं दुर्लक्ष केलं असावं. कारण त्याच्या चालण्यात काहीच फरक दिसला नाही.

बराच वेळ मी त्याला दुर्बिणीतून पाहत होतो.

हा डुक्कर शक्तिशाली होता. संयम आणि शुचिता ह्यांखेरीज काही वेगळ्या साधनांनी तो निरोगी राहिला होता. तो मला तत्त्ववेत्त्यापेक्षाही सुखी दिसला.

■

। तेंडू ।

तिरोडा रस्ता आणि तळे ह्या दोघांमध्ये लहानसा जंगलाचा तुकडा होता. पार पलीकडच्या जंगलातून आणि टेकडीपलीकडील दऱ्यांतून येणारी सगळी जनावरे तळ्यावर पाण्याला येण्याआधी ह्या जागी रेंगाळत, कानोसा घेत आणि मग पाण्यावर येत. भल्या पहाटेपासून सहा वाजेपर्यंत ही गडबड चालू असे.

मी खोलीपुढच्या हिरवळीवर खाटले टाकून झोपलेला असे. पहाट होई ती दयाळ पक्ष्याच्या भूपाळीने. क्षितिजाकडे कललेला चांदोबा दिसे. झाडांचे उंच-उंच बुंधे, पर्णहीन असा त्यांचा विस्तार – ह्यावरचे आभाळ हळूहळू उजळत जाई. माझ्या निवासापुढे कडीला टांगलेला कंदील फिकट पिवळा दिसू लागे. मग झटपट अंथरूण गुंडाळून मी आयुष्यातल्या ह्या नव्या दिवसाचे सार्थक करण्यासाठी बाहेर पडत असे. आणि हलक्या पायांनी बाग पार करून, तिरोडा रस्ता आणि तळे यांच्यामधल्या जंगलाच्या तुकड्यात येत असे.

इथे, रस्त्याकडून तळ्याकडे येणाऱ्या गवताळ पाऊलवाटेवर एकवार मी थबकलो. वाटेच्या कडेलाच, तापलेल्या जमिनीचे कवच फोडून भुईकमळाची कळी बाहेर यावी तसा तेंडूचा कोंभ बाहेर पडला होता. त्या लाल रसरशीत कोंभात, पुढे वाढणाऱ्या भव्य वृक्षाचे सारे आश्वासन दाटलेले होते. पण मला त्याचे रूप एवढे आकर्षक वाटले की, वेड्यासारखा मी त्याला जागचा हळूच सोडवला आणि मुक्कामाला घेऊन आलो. माझ्या टेबलावर असलेल्या बांबूच्या पेरात काठोकाठ थंड पाणी भरून त्यात त्याला मी ठेवला. म्हटले, हा मला बराच वेळ दिसू दे. पण दुपारी बाहेर उन्ह तापले आणि माझ्या डोळ्यांदेखत तो कोमेजला. बांबूच्या पेरावर त्याने मान टाकली.

या तेंडूवृक्षाची पाने गोळा करण्यासाठीच कंत्राटदाराने शे-सव्वाशे मजुरांची धाड या अभयारण्यावर टाकलेली होती. तेंडूची रुंद, निवडक पाने खुडण्याचा, त्यांचे पुडे बांधण्याचा, त्यांची मोजदाद करण्याचा फार मूल्यवान, फार किफायतशीर

आणि सरकारला भरपूर द्रव्य मिळवून देणारा मोसम आता सुरू झाला होता. जंगल अधिकाऱ्यांच्या जीपगाड्या देखरेखीसाठी भरधाव धावत होत्या.

ही तेंडूची पाने आता लाखांनी खुडली जाणार होती. हजारो ठिकाणी विड्या वळण्याचा जो व्यवसाय चालतो, त्या जागी ह्या पानाच्या विड्या वळल्या जाणार होत्या. रोजगाराला जुंपलेल्या बाया-बापड्या पुढ्यात सुपे आणि तंबाखू घेऊन बसणार होत्या आणि लाल धागा, पांढरा धागा, लवंगी विडी, मोठी विडी – अशा नाना विड्या वळणार होत्या. त्यांची वेष्टनात बांधलेली कट्टले गिऱ्हाइकांच्या हातात पडणार होती आणि नागझिराच्या जंगलात तरारलेली ही हिरवीकंच पाने शौकिन ओठांनी फुंकली जाऊन, त्याची नखभर राख इथे-तिथे झाडली जाणार होती. सरकारच्या तिजोरीत कोटींनी रुपये जमणार होते. व्यापाऱ्यांची फायदेशीर दोंदे वितीवितीने सुटणार होती.

जमीन तापणे तेंडूला हितकारक असते, म्हणून आधाशीपणाने जंगलाला मुद्दाम आगी लावल्या जातात. जंगलरक्षकाचा डोळा चुकवून हे कर्म केले जाते. अशी आग एकवार लावून दिली की, वाऱ्याच्या चिथावणीने ती उद्दाम होते, पसरते. आपल्या सहस्र जिभांनी जंगलाचा सारा हिरवेपणा खाऊन टाकते. ओले, वाळले सगळेच जळते. गवतकाडी, झाडेझुडपे राख होतात. जमीन धरून राहणारे लहान-सहान जिवाणू जळून जातात. पाखरांचे अन्न जळून जाते. त्यांची अंडी, पोरे होरपळतात. हरणांचे गर्भपात होतात, पसरणारी ही आग विझवण्यासाठी जंगल अधिकाऱ्यांना जिवापाड मेहनत करावी लागते. काही बचावतं, काही जातं.

कुसुमतोंडी रस्त्याने बरेच पुढे गेल्यावर उजव्या हाताला जी वाट फुटत होती, तिच्या डाव्या बाजूला जळून गेलेले बरेच मोठे जंगल मी पाहिले. काळीभोर पडलेली जमीन, वृक्षाचे उभे बुंधे आणि कुठं-कुठं हिरवा शिडकावा – असे हे उदासवाणे दृश्य होते. हे जंगल कोणी मुद्दाम आग लावल्यामुळे जळले का; वणव्यामुळे, अपघाती आगीमुळे जळले गेले, याची चौकशी मी केली नाही. या असल्या उदास पार्श्वभूमीवरच अनेक सकाळी, तेंडूची पाने खुडण्यासाठी एका ओळीने जंगलाकडे निघालेले अर्धनग्न असे रोजगारी भेटत. बाया, बाप्ये, पोरी, पोरं. बऱ्याच जणांनी पिण्याचे पाणी डोईवर घेतलेले असे. मडक्यांतून, कासंड्यांतून, वाळल्या भोपळ्यांपासून बनलेल्या बुधल्यांतून.

पंधरा तारखेआधी ज्या वाटेवरून जाताना सकाळी मला कांचनमृगांचा कळप भेटे, त्याच ठिकाणी आता ही कामकरी माणसे भेटू लागली. वलावला बोलत घाईने ती जात असत आणि मी जंगलात कुठे तरी वाळल्या खुंटासारखा उभा असे. मला पाहताच, पटपट दिवे विझावेत तसे त्यांचे आवाज नाहीसे होत. नजरेआड होईपर्यंत मी या झुंडीकडे पाहत राही. आता असे अनेक घोळके

सगळ्या जंगलात शिरले असतील, झाडावर चढले असतील. त्यांच्या आवाजाला बुजून जनावरे जंगलात दूरवर गेली असतील किंवा टेकडीवर चढून माथ्यावर पोहोचली असतील. आपण आता फुकाची पायपीट करण्यात काही अर्थ नाही, असा विचार करून मी बहुधा तळ्याकडे परतत असे. काही केल्या माझ्या सहानभूतीचा, कळकळीचा ओघ मला या माणसांकडे वळवता येत नसे, हे मला कबूल केले पाहिजे. कारण मी त्यांच्याकडे पाहून कधी हसलो नाही, का चार शब्द बोललो नाही. मग माझ्या मनात येई की – ती हरणे, गवे, वानरे यांनाही माझ्याबद्दल असेच वाटत असले पाहिजे.

पुढे थोडे चालल्यावर ओढा लागे. तीन वर्षांमागे चौकीदाराने याच जागी एक रानकुत्रे धोंडाळून मारले होते आणि त्याचे शेपूट बक्षिसाच्या आशेने जंगल खात्याच्या कचेरीत हजर केले होते. आपल्याला या मर्दपणाबद्दल कोणी बक्षीस दिले नाही, अशी त्याची तक्रार होती.

या ओढ्याच्या पलीकडे फॉ रेस्ट गार्डांची लहानशी वसाहत होती. तिच्या अगदी समोर, पण रस्त्यापलीकडे मला कामकऱ्यांची दुसरी वस्ती दिसली. तिरोडा रस्त्यावर कोपऱ्यावर होती त्यापेक्षा ही पुष्कळच मोठी होती. म्हाताऱ्या बाया, नागडी-उघडी पोरे आणि वाळत घातलेली धडोती मला इथे दिसली. ह्या दोन्हीही वस्तीच्या जागा सालोसाल त्याच असाव्यात. कारण कामकरी येण्याआधी गेल्या वर्षाच्या खुणा मला दिसल्या होत्या; पण अर्थ लागला नव्हता.

हातावर पोट असलेली ही शे-सव्वाशे परमुलखातली माणसे जंगलात येऊन राहिल्यावर कॅन्टीनवाल्याचा मुक्काम नित्याचा झालेला मी पाहिला. यापूर्वी सुट्टीच्या दिवशी तो येई आणि सोमवारी सकाळी आपले सगळे गबाळे बैलगाडीत भरून निघून जाई. आता मात्र तळ्याकाठी उभारलेल्या लहानशा मांडवात तो मुक्काम टाकून राहू लागला. माणसांची वर्दळ वाढू लागली. सकाळ-संध्याकाळ स्टोव्ह पेटू लागला आणि गॅसबत्ती उशिरापर्यंत जळू लागली.

रोजगारी माणसे सकाळी भेटतच होती; पण कधी कधी अगदी अनपेक्षितपणे त्यांचे दर्शन होई. रानकुत्र्याचा ठावठिकाणा लावण्यासाठी, नाल्यातून जाळ्या हुडकत हिंडताना एकवार मी वारुळाआड दबून पाहत होतो आणि माझ्या मागे, दहा फुटांवर असलेल्या उंच तेंडूवृक्षावर ट्रीपाय पाखराऐवजी कोण्या बाईचा किनरा आवाज ऐकून मी दचकलो. वरून तिनं मला पाहिलं असावं. भय भरलेल्या आवाजात तिनं आपल्या सोबतीणीला हाक दिली. तिला प्रतिसादही आला. चकित होऊन मी वर पाहिलं, तेव्हा ती साहसी स्त्री मला दिसली. अंगावरच्या वस्त्राचा आखूड काचा मारलेली आणि पाठीवर तोडलेल्या तेंडू पानाचा भला मोठा भारा बांधलेली.

आजवर पाखरांनी, कांचनमृगांनी एकमेकांना घातलेल्या हाका मी ऐकल्या होत्या; आता मात्र ह्या जंगलात माणसांनी माणसांना घातलेल्या हाका ऐकू येऊ लागल्या होत्या.

काही जागी मी वृक्षाच्या पातळ साली सोललेल्या पाहिल्या. केळीचे सोपट सोलून पट्टी काढावी, तसा हा प्रकार होता. पानांचे पुडे किंवा आणखी काही बांधण्यासाठी रोजगाऱ्यांनीच हा व्याप केला असावा. फांद्या, पाने तोडून ते राहिले नव्हते; झाडाची सालही त्यांनी ओरबाडली होती.

काही ठिकाणी तेंडूची झाडे अर्ध्यावर तोडलेलीही मी पाहिली. त्याची उंची बेताची करण्यात रोजगाऱ्यांचा हात होता, कारण त्यामुळे पुढच्या वर्षी उंच चढावे लागणार नव्हते.

एका मंद चांदण्यारात्री, बरीच रात्र झाल्यावर मी तळ्यातल्या भूशिरावर बसावे म्हणून गेलो. तहानलेली जनावरे पाण्यावर दबकत-दबकत येऊ लागली होती. गव्यांचा कळप, कांचनमृग, सांबरे. मी दुर्बीण डोळ्यांना लावून बघत होतो. एवढ्यात दिवसभर उन्हातान्हात राबलेली रोजगारी माणसे, पोरेबाळे, बाया, बापई पिण्याचे पाणी भरून नेण्यासाठी, अंघोळ करण्यासाठी, धुणे धुण्यासाठी येऊ लागली. ही माणसे कडाकडा बोलत होती, त्यांनी पाण्यात शिरून भडाभडा पाणी भरले, कोणी अंगावर ओतून घेतले, बायांनी धबाधबा धुणी बडवली. त्या आवाजांनी भयभीत होऊन तहानेली जनावरे पाण्यावर न येता तशीच परत गेलेली मी पाहिली. माणसे बोलत होती, खाकरत होती, थुंकत होती, खोकत होती. हा गदारोळ सुरू होण्याआधी एका तरुण गव्यानं पाणी पिऊन घेतलं होतं. हरणांच्या झुंडीपैकी काही आयांनी, पोरांनी पाण्याला तोंडे लावली होती. बाकीची जनावरे तहान घेऊन तशीच जंगलात पळाली.

मी उठून खोलीवर आलो.

मारुतराव चितमपल्लींचे काम आता पुरे झाले होते. घरी बसून त्यांना निबंध तयार करायचा होता. जुन्या रेस्ट हाउसमधला मुक्काम संपवून एके दिवशी ते नवेगाव-बांधला निघून गेले. त्यांची प्रयोगशाळा बंद झाली. मी अगदीच एकटा राहिलो.

मग भंडाऱ्याच्या कचेरीकडे मी विनंतीपत्र धाडून दिले.

'माझा मुक्काम आता संपत आला आहे. नजीकच्या कोणत्याही स्टेशनवर पोहोचण्यासाठी वाहन मिळाले तर बरे.'

त्यानंतर भंडाऱ्याहून प्रत्यक्ष अधिकारीच काही कामानिमित्त आले. त्यांनी माझी जाण्याची व्यवस्था केली होती. त्याच सुमारास कामानिमित्त निघणारे दुसरे एक अधिकारी मला घेऊन जाणार होते. ते सांगून त्यांनी विचारले, "दीडएक महिना काढणार होता ना?"

सुरुवातीला माझी तशी उमेद होती, पण तेंडूपाने गोळा करण्याचे काम आता आणखी काही काळ चालूच राहणार होते. म्हणालो, "घरच्या काही

कामानिमित्त मुक्काम आवरावा लागतोय खरं.''

दोन दिवस अवकाश होता, तरी हळूहळू मी आवराआवर केली. सकाळी लवकर जीप येणार होती. पहाटे लवकर जाग आली. तळ्याचा, त्या शाल्मलीचा, पिंपळाचा निरोप घेतला. म्हणालो, ''बरं आहे. आता पुन्हा भेट होईलच, असं नाही.''

पुण्याहून जंगलात जाताना, असू दे म्हणून मी मद्याची एक लहानशी बाटली बरोबर नेली होती. ती हॅवरसॅकच्या खिशात तशीच होती. कधी तिचे बूच उघडावे, असेही वाटले नव्हते. 'वाळवंटात तुमची नीतिमत्ता सुधारते, तुम्ही मोकळे आणि सौजन्यशील बनता. आतिथ्यशील व एकावृत्तीचे बनता. वाळवंटात मद्ये केवळ घृणा उत्पन्न करतात. तिथे केवळ पाशवी अस्तित्वातच तीव्र आनंदोपभोग भरलेला असतो,' असे प्रवासी बर्टन का म्हणतो, ते मला थोडेफार उमगले. बाटलीलाही मी परतीचा प्रवास घडू दिला.

सकाळी परतीचा प्रवास सुरू झाला.

जंगले, गावे पार करून गोंदियाला आलो. मला आणून पोहोचवणाऱ्या साहेबाचे आभार मानून मी त्यांना निरोप दिला.

स्टेशनवरची गर्दी, गोंधळ, माणसे बघून पुन्हा आपल्या ओळखीच्या जगात परत आलो याचा आनंद झाला नाही.

वेटिंगरूममधल्या आरशापुढे उभा राहिलो, तर मलाच माझं रूप अगदी वेगळं दिसलं. डोक्यावर फौजी जवानाची हिरव्या रंगाची टोपी. दाढी-मिश्या वाढलेल्या. चरबी झडलेली. अंगात टोपणवाल्या चार खिशांचा हिरवा बुशशर्ट, डाव्या खांद्याला हिरवी दोरी आणि तिला बांधलेली, खिशात सोडलेली शिटी. हिरवी पॅन्ट आणि कॅनव्हासचे हिरवे बूट. उन्हानं, वाऱ्यानं चेहरा बडवल्यामुळे कातडीचा तुकतुकीतपणा जाऊन तिनं झाडाच्या खोडाचा खडबडीतपणा थोडाफार घेतलेला होता. माझ्या सर्वांगाला झाडपाल्याचा वास नक्कीच येत असणार. फार काय, शिकारी वर्णन करतात तो हरणाच्या मांसाला येणारा तृणाचा आणि पर्णांचा गंध माझ्याही मांसाला यायला लागला असावा.

गाडी दोन तास लेट असल्याचे जाहीर झाले.

ह्या दोन तासांत करण्याजोगे असे काहीच महत्त्वाचे कार्य नसल्यामुळे मी आरश्यासमोर बसून दाढी केली. मिश्या काढून टाकल्या. सतत अंगावर होते ते हिरवे कपडे काढून टाकले आणि इतके दिवस माझ्या कातडी पिशवीच्या तळाशी परीटघडी राहिलेले झुळझुळीत कपडे चढवून पोशाखी बनलो.

रेल्वे कॅन्टीनमध्ये जेवणखाण आटपले. सिगारेटी विकत घेतल्या. ओढल्या. वृत्तपत्र घेऊन वाचले.

नित्याच्या वातावरणात येताच मी हे सगळेच केले, ते सवयीमुळे. प्राणिजातीचे संरक्षण करणे, हाच उद्देश सवयीच्या मुळाशी असतो. आपले धार्मिक विधी, आदिवासी लोकांतील जादूटोणा याच्यामागेही हेच तत्त्व आहे. गाढव ह्या प्राण्याशी

सतत संबंध येतो, ते लोक सांगतात की, एका जागी थांबवून ठेवण्यासाठी त्याला खरोखर कळाव घालण्याची काही जरुरी नसते. त्याच्या पायाशी वाकून मालकाने कळाव बांधण्याचे नुसते नाटक केले तरी पुरे; गाढव जागचे हलत नाही. ही काही केवळ गप्प नसावी. माग्रेट आल्टमान ह्या प्राणिशास्त्रज्ञाने आपल्या संशोधनाच्या सफरी एका म्हाताऱ्या घोड्याला घेऊन केल्या. पूर्वी तंबू ठोकून एखादी रात्र मुक्काम केला, असे ठिकाण परतीच्या प्रवासात जिथे जिथे लागले, तिथे तिथे त्याचा म्हातारा घोडा अडे. त्याच्या पाठीवरचे सामान उतरवून ते पुन्हा बांधण्याचे सोंग केल्याशिवाय त्याला पुढे जाणे शक्य झाले नाही.

मुसलमान लोक डुकराचे मांस खात नाहीत. ते खाल्ल्यामुळे 'ट्रिचिनोसिस' हा रोग होण्याची शक्यता असते, ह्या कारणासाठी कधी काळी हा धार्मिक निर्बंध घातला गेला आहे, ही गोष्ट मात्र त्यांना मुळीच माहीत नसावी.

सवय ही बाब घेतली, तर माणूस आणि पशू ह्यांत काही फारसा फरक नाही.

लवकरच प्रवाशांनी काठोकाठ भरलेली रेलगाडी धाड्ऽधाड्ऽऽ करत आली आणि मला घेऊन धावू लागली.

'कशासाठी? पोटासाठी.

कशासाठी? पोटासाठी.

अभयारण्यातून परत जनअरण्याकडे.'

■

वाघाच्या मागावर

व्यंकटेश माडगूळकर

मुळशी धरणावर मी एकदा गेलो असताना एक भेकर जीपपुढून आडवे पळत गेले. क्षणार्धात मी बार टाकला. माझे बागाईतदार मित्र निंबाळकर जीपखाली उतरून ते भेकर घेऊन आले आणि म्हणाले, ''अरारा! भाऊसाब गर्भिणी हाये हो!''

कोथरूडला निंबाळकरांच्या बागेत आम्ही भेकर सोलत असताना पुरी वाढ झालेले पोर तिच्या पोटातून बाहेर काढलेले पाहून निंबाळकरांची म्हातारी कळवळून म्हणाली, ''अरं लेकरानू, का सराप घेतला रे हा!''

पण अशा प्रसंगांमुळे बंदूक टाकून मी दुर्बीण हाती घेतली, असे म्हणता येणार नाही. मी मनाने वाढलो आणि हे आपोआप झाले. अवखळ असे वय सोडले, तर कोणता चांगला माणूस जिवंत राहण्याचा अधिकार असलेल्या कोणा वन्य प्राण्याचा खून करण्याची इच्छा धरील?

जंगलातील दिवस

व्यंकटेश माडगूळकर

‘....मी माणदेशातल्या लहानशा खेड्यात जन्मलो आणि तिथंच वाढलो. खेडं सोडून मी शहरी वातावरणात राहू लागलो, त्याला आता चाळीस वर्षं होत आली, तरीही मी मनानं माणदेशातल्या रानावनांतच असतो.

मी एक छांदिष्ट माणूस आहे. जनलोकांतून थोडं बाजूलाच असावं, काही नाद लावून घ्यावा आणि त्याचा पाठपुरावा करीत राहावं, यात मला विशेष आनंद वाटतो.

आपल्या जीवनाला फुरसदीचा एक लांबलचक, भरजरी पदर असावा, असं मनापासून वाटत असलं, तरी चरितार्थ चालविण्यासाठी कामधंदा करण्यातच आपण फार खर्ची पडतो. आपलं सगळं जीवन एका विलक्षण यांत्रिक गतीनं झपाटून टाकलं आहे. कधी अंगावर चांदणं पडत नाही, कधी झाडाच्या पानांची सळसळ ऐकू येत नाही, कधी ओढ्यात अंघोळ होत नाही, कधी उताणं झोपून चांदण्यांनी गच्च भरलेलं आभाळ पाहता येत नाही.

मी कुणी मृग-पक्षी-शास्त्रवेत्ता नव्हे किंवा वनशास्त्राचा अभ्यासकही नव्हे. परंतु तरीही रानावनांतील अद्भुत जगाविषयी माझ्या छांदिष्ट मनात जे अनिवार आणि न संपणारं कुतूहल आहे, त्यामागं लागून, रोजच्या यांत्रिक धावपळीतून एखादी झुकांडी मारून, चौऱ्याहत्तर सालापासून चौऱ्याऐंशी सालापर्यंतच्या दहा वर्षांत मी कुठं-कुठं हिंडलो, मला काय-काय दिसलं, काय-काय जाणवलं, त्याचा हा वृत्तान्त आहे.

जंगलातल्या दिवसांच्या या कहाण्या वाचून कुणी वाचक रानभैरी झाला आणि त्यानं निसर्गाची भव्यता, श्रीमंती व सौंदर्य यांचा आनंद घेतला, तर बरंच आहे....’

✆ +91 020-24476924 / 24460313

Email : info@mehtapublishinghouse.com
production@mehtapublishinghouse.com
sales@mehtapublishinghouse.com

Website : www.mehtapublishinghouse.com